இந்திய விடுதலைப் போராட்ட வரலாறு

ஜனனி ரமேஷ்

சதியா

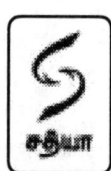

Title
India Viduthalai poratta varalaru
Janani Ramesh

ISBN: 978-93-6666-656-3

Title Code : Sathyaa - 127

நூல் தலைப்பு
இந்திய விடுதலைப் போராட்ட வரலாறு

நூல் ஆசிரியர்
ஜனனி ரமேஷ்

முதற்பதிப்பு
டிசம்பர் 2024

விலை : ₹60

பக்கம் : 57

Printed in India

Published by
Sathyaa Enterprises
No.134, First Floor,
Choolaimedu high road, Choolaimedu,
Chennai - 600 094.
044 - 4507 4203

Email
sathyaabooks@gmail.com

உள்ளே...

1.	ஐரோப்பியர் வருகை	4
2.	கிளர்ச்சிகள்	11
3.	இந்திய தேசிய காங்கிரஸ் தோற்றம்	22
4.	மகாத்மா காந்தியின் வருகை	29
5.	ஒத்துழையாமை இயக்கம்	34
6.	சட்ட மறுப்பு இயக்கம்	41
7.	வட்ட மேஜை மாநாடுகள்	43
8.	இரண்டாம் உலகப் போர்	46
9.	இந்திய விடுதலையும் பிரிவினையும்	53

1. ஐரோப்பியர் வருகை

உலக வரலாற்றைப் பொது ஆண்டுக்கு முன் மற்றும் பொது ஆண்டுக்குப் பின் என்று பிரிப்பதுபோல் இந்திய விடுதலைப் போராட்ட வரலாற்றை மகாத்மா காந்திக்கு முன் மகாத்மா காந்திக்குப் பின் என இரு பெரும் பிரிவுகளாகப் பிரிக்கலாம். கால வரிசைப்படி பிரிப்பதென்றால் 1600-1800, 1800-1808, 1808-1857, 1857-1885, 1885-1905, 1905-1919, 1919-1929, 1929-1939, 1939-1942, 1942-1947 எனப் பகுக்கலாம்.

நிகழ்வுகளாகப் பிரிப்பதென்றால் ஆங்கிலேயர் இந்தியாவில் காலடி எடுத்து வைத்த ஆண்டு தொடங்கி இந்தியா சுதந்திரம் பெற்றது வரை வெள்ளையர்கள் உள்ளிட்ட ஐரோப்பியர்கள் வாணிகம் செய்ய வந்தது, சிப்பாய்க் கலகம், பிரிட்டன் ஆட்சி, காங்கிரஸ் தோற்றம், மிதவாதிகள் / தீவிரவாதிகள், மகாத்மா காந்தி, ஒத்துழையாமை இயக்கம், தண்டி யாத்திரை, வட்டமேஜை மாநாடு, இரண்டாம் உலகப் போர், வெள்ளையனே வெளியேறு, சுதந்திரம், பிரிவினை என்று விரிக்கலாம்.

பாரத நாடு பழம் பெரும் நாடு. அறிவுக்கும், ஆன்மீகத்திற்கும், ஆற்றலுக்கும் பண்டைக் காலம் தொட்டே பெயர் பெற்ற நாடு. பாம்புகளும், பாம்பாட்டிகளும், தேள்களும் நிறைந்த நாடு என்ற தவறான கண்ணோட்டத்துடன் இந்தியா வந்த ஐரோப்பியர்களுக்கு இந்தியா ஒரு சொர்க்க பூமி என்ற உண்மை புரிந்தது. செல்வச்செழிப்பில் இந்தியா விளங்கியதால்தான் முகமது கோரியும், முகமது கஜினியும் பல முறை படையெடுத்து கொள்ளையடித்துக் கொண்டு சென்றனர். 7 ஆம் நூற்றாண்டில் தொடங்கிய முகம்மதியர்கள் ஆட்சி 16 ஆம் நூற்றாண்டு வரை சற்றேறக் குறைய ஆயிரம் ஆண்டுகள் நீடித்தது. அவர்களின் ஆட்சியை முடிவிற்குக் கொண்டு வந்த பின்னரே ஐரோப்பியர்கள் தங்கள் வாணிகத்தைத் தொடங்க இந்தியாவில் தடம் பதிக்க முடிந்தது.

இந்தியாவுடன் கடல் வழி வர்த்தகத் தொடர்பு கொண்ட முதல் ஐரோப்பிய நாடு போர்ச்சுகல்தான். வடக்கே கோவாவும், தெற்கே கொச்சியும் அவர்கள் வர்த்தக மையங்கள் ஆயின. இவர்களைத் தொடர்ந்து டச்சுக்காரர்களும், டேனிஷ்காரர்களும் இந்தியாவிற்குள் நுழைந்தனர். ஆனால் பிரிட்டிஷ் மற்றும் பிரெஞ்சு வர்த்தக ஆதிக்கப் போட்டியைச் சமாளிக்க முடியாமல் அவர்கள் களத்தில் இருந்து விலகத் தொடங்கினர். போர்ச்சுகல் கோவாவிலும், பிரான்ஸ் பாண்டிச்சேரியிலும் தலைமை இடங்களை அமைத்துக் கொண்டு திருப்திப்பட வேண்டியதாயிற்று. வர்த்தகப் போட்டியில் ஆரம்பித்து நில ஆதிக்கப் போட்டியிலும் பிரான்ஸை வீழ்த்தி, பரந்து விரிந்த இந்தியா முழுவதையும் தனது ஆளுமைக்குள் கொண்டு வந்தது இங்கிலாந்து. தனது சாம்ராஜ்யத்தில் சூரியன் அஸ்தமிக்காது என்பதை மீண்டும் ஒருமுறை நிரூபித்தது.

இந்தியா உள்ளிட்ட கீழை நாடுகளுடன் வாணிபம் செய்வதற்காக எலிசபெத் மகாராணியிடம் 215 வாணிப வீரர்கள் அனுமதி கோரி யிருந்தனர். 1600 டிசம்பர் 31 ஆம் தேதி இவர்கள் ஆரம்பித்த நிறுவனம்தான் 'ஆங்கிலக் கிழக்கு இந்தியக் கம்பெனி'. இந்தியாவை ஆண்டு கொண்டிருந்த ஜஹாங்கீர் ஆட்சிக் காலத்தில் 1613 இல் தங்கள் முதல் வர்த்தக மையத்தை சூரத்தில் ஆரம்பித்தது.

தொடர்ந்து சென்னை, கல்கத்தா, பம்பாய் ஆகிய இடங்களிலும் கிழக்கு இந்தியக் கம்பெனி தனது வர்த்தக மையங்களையும், கிடங்குகளையும் தொடங்கியது.

ஆங்கிலேயர் ஆதிக்கம் - மைசூர் மற்றும் தமிழகத்தில்

மைசூரை 1746 - 1800 வரை ஆட்சி செய்த ஹைதர் அலியும், அவரது மகன் திப்பு சுல்தானும் அதிகாரத்தில் இருந்த வெஸ்லி பிரபுவை எதிர்த்து வந்தனர். ஆனால் பின்னர் நடைபெற்ற அனைத்துப் போர்களிலும் ஆங்கிலேயர்களே வெற்றி பெற்றதால், மைசூரை ஐதராபாத் நிஜாமும், ஆங்கிலேயர்களும் தங்களுக்குள் பிரித்துக் கொண்டனர். மைசூர் அரசனாக நியமிக்கப்ப்ட்ட கிருஷ்ணராஜ உடையார் ஆங்கிலேயருக்குக் கட்டுப்பட்டு ஆட்சி நடத்தவும், முறையாக கப்பம் கட்டவும், நிலப் பகுதிகளை வழங்கவும் ஒப்புக் கொண்டார். தஞ்சையை ஆட்சி செய்து கொண்டிருந்த சரபோஜி மன்னனுக்கு எதிராக கிளர்ச்சி செய்த அமர்சிங்குக்கு உதவியதன் பலனாக ஆங்கிலேயர்கள் பல பகுதிகளையும், வரி வசூலிக்கும் உரிமையையும் பெற்றுக் கொண்டனர். இவ்வாறு 1763 தொடங்கி 1801 வரை நடைபெற்ற மைசூர் மற்றும் தமிழகப் போர்களில் ஆங்கிலேயர் வெற்றி பெற்று கொங்கு மண்டலம், தஞ்சை, திண்டுக்கல் உள்ளிட்ட பல பகுதிகளை இணைத்துக் கொண்டனர். காலப் போக்கில் பாண்டிச்சேரி நீங்கலாக ஏனைய தமிழகப் பகுதி களும் ஆங்கிலேயர் வசமாயின. இவற்றின் மூலம் ஆங்கிலேயரின் அதிகாரமும், வருவாயும், ஆட்சி எல்லைப் பரப்பும் கணிசமாக அதிகரித்தன.

வங்காளத்தில்

1707 இல் முகலாய அரசன் ஔரங்கசீப் இறந்தவுடன் வாரிசுச் சண்டை உருவானது. ஊர் இரண்டுபட்டால் கூத்தாடிக்குக் கொண்டாட்டம் என்பதுபோல், பூனைகளுக்கு ஆப்பத்தைப் பிட்டு வைத்த குரங்கின் கதைபோல் வாரிசுகளுக்கு மாறி மாறி உதவி செய்து ஆங்கிலேயர்கள் வங்காளத்தில் தங்கள் எல்லைகளை விரித்துக் கொண்டனர். 1757 மற்றும் 1764 இல் நடைபெற்ற ப்ளாசி மற்றும் பக்சார் போர்களில் ஆங்கிலேயர் வெற்றி பெற்று வங்காளம்,

பீகார் மற்றும் ஓரிசா மாகாணங்களைத் தங்கள் கட்டுப்பாட்டுக்குள் கொண்டு வந்தனர்.

பஞ்சாப்பில்

பஞ்சாப்பை ஆண்ட சீக்கிய சிங்கம் என்றழைக்கப்பட்ட ரஞ்சித் சிங் (1780-1839) ஆங்கிலேயர்களுடன் நல்லுறவை வளர்த்துக் கொண்டு ஆட்சி புரிந்து வந்தார். அவர் இறந்தவுடன் வழக்கம் போல் வாரிசுச் சண்டை ஆரம்பமானது. இரைக்காகக் காத்துக் கொண்டிருக்கும் சிலந்தி வலையில் தானே சென்று பூச்சி மாட்டிக் கொள்வது போல், வாரிசுகள் தங்களுக்கு உதவ வேண்டி ஆங்கிலேயரை நாடினர். வாரிசுகள் அனைவரையும் விரட்டி விட்டு ஆங்கிலேயர்கள் பஞ்சாப் மாகாணத்தைத் தங்கள் அதிகார வரம்பிற்குள் கொண்டு வந்தனர்.

மராட்டியத்தில்

1762-1794 வரை மராட்டிய மாநிலத்தை ஆண்ட நாநா பர்னாவிஸ் மறைவிற்குப் பின் மராத்தியப் பிரிவினரான சிந்தியா, கோல்கார், போன்ஸ்லே மற்றும் கெய்க்வாட் ஆகியோருக்கு இடையே ஆட்சி அமைக்க கடுமையான மோதல் ஏற்பட்டது. 1775 முதல் 1818 வரை நடைபெற்ற அனைத்து மராட்டியப் போர்களிலும் ஆங்கிலேயர்கள் மகத்தான வெற்றி பெற்றதன் பயனாக மேற்கண்ட பிரிவினரின் கட்டுப்பாட்டில் இருந்த அனைத்துப் பகுதிகளையும் தங்கள் ஆதிக்கத்தின்கீழ் கொண்டு வந்தனர். மராட்டியம் முழுவதையும் ஆள வேண்டும் என்று பேராசை காரணமாகத் தங்களுக்குள் சண்டை போட்டுக் கொண்டதால் உள்ளதையும் ஆங்கிலேயர்களிடம் பறிகொடுத்தனர். வேகம் இருந்த அளவிற்கு விவேகம் இல்லாததால் மராட்டியம் ஆங்கிலேயரிடம் எளிதில் வீழ்ந்தது.

ஆங்கிலேயப் பிரபுக்களின் சீர்திருத்தங்கள்

வங்காள கவர்னராக இருந்த ராபர்ட் க்ளைவ் 1765 இல் 'இரட்டை ஆட்சி முறையைக்' கொண்டு வந்தார். இதன்படி வருவாய் தொடர்பான 'திவானி' அதிகாரத்தைத் தன்னிடம் வைத்துக் கொண்டு, தங்கு தடையின்றி ஆங்கிலேய கஜானாவிற்கு வருவாய் கிடைக்க வங்காள

அரசு பாதுகாப்பு அளிக்க வேண்டும் என்னும் ஒப்பந்தம் கையெழுத் தானது. வருமானம் கிழக்கு இந்தியக் கம்பெனிக்குச் செல்ல, துன்புறுத்தி வரி வசூல் செய்து ஆங்கிலேயருக்கு வருவாயை பெற்றுத் தந்த வங்காள அரசுக்கு கெட்ட பெயர்தான் மிஞ்சியது. தன் கையா லேயே தன் கண்களைக் குத்திக் கொள்ளும் ராபர்ட் க்ளைவின் புத்திசாலித்தனமான இரட்டை ஆட்சி முறைத் திட்டம் வெற்றி பெற்றது.

ராபர்ட் க்ளைவைத் தொடர்ந்து 1772 இல் கவர்னர் ஜெனரலான வாரன் ஹேஸ்டிங்க்ஸ் வருமானத்தைப் பெருக்க மேலும் பல திட்டங்களை அறிமுகப்படுத்தியதுடன் சில சீர்திருத்தங் களையும் அமல்படுத்தினார். ராபர்ட் க்ளைவின் இரட்டை ஆட்சி முறையை ஒழித்தார். முகலாய மன்னர்களுக்கும் நவாப்புகளுக்கும் அளித்து வந்த ஒப்பந்தத் தொகையைக் குறைத்தார். ஐந்தாண்டு குத்தகைத் தொகைத் திட்டத்தை அறிமுகப்படுத்தியதுடன் வரி வசூல் கண்காணிப்பைத் தீவிரமாக்கினார். பொருளியல் நீதிமன்றங் களை நிறுவினார். நிர்வாகம், நீதி, வர்த்தகம், வருவாய் என பல்வேறு துறைகளில் அறிமுகப்படுத்திய திட்டங்களும், சீர்திருத்தங்களும் அவருக்கு நற்பெயரை ஈட்டித் தந்தன.

1786 இல் கவர்னர் ஜெனரல் பொறுப்புக்கு வந்த காரன்வாலிஸூம் நீதி, காவல் மற்றும் நிர்வாகத் துறைகளில் பல சீர்திருத்தங்களை அறிமுகப்படுத்தினார். குறிப்பாக நிரந்தர நிலவரித் திட்டம் கம்பெனிக்குத் தடையில்லாத வருமானத்திற்கு வழி செய்தது. ஜமீன்தார்கள் சுகபோக வாழ்வு வாழ அனுமதிக்கப்பட்டனர். எனவே விவசாயிகளைச் சுரண்டி வரி வசூலித்து கம்பெனிக்குத் தங்கள் விசுவாசத்தைத் தெரிவித்துக் கொண்டனர்.

இவரை அடுத்து 1798 இல் கவர்னர் ஜெனரலாக வந்த வெலஸ்லி 'துணைப் படை' திட்டம் ஒன்றை அறிமுகப்படுத்தினார். 'இந்தியா வில் பிரிட்டிஷ் பேரரசு' என்ற பெயரை 'பிரிட்டிஷ் இந்தியப் பேரரசு' என்று மாற்றினார். இந்திய மன்னர்களுக்கு பாதுகாப்பு அளித்தல், மற்றொரு மன்னனுடன் போரிடப் படைகளை உதவிக்கு அனுப்புதல், நிர்வாகச் செலவுகளை ஏற்றுக் கொள்ள மறுக்கும்

மன்னர்களிடம் இருந்து நிலப் பகுதிகளை பறிமுதல் செய்தல் என தனது பிரிட்டிஷ் இந்தியப் படையைப் பயன்படுத்தி வருவாயைப் பெருக்கியதுடன் கட்டுப்பாடு எல்லைகளையும் விரிவுபடுத்திக் கொண்டார்.

சமஸ்தானங்களை ஆண்டு கொண்டிருந்த மன்னர்களின் படை வீரர்களை விட இவரது துணைப்படை வீரர்கள் அதிகம் சம்பளம் பெற்றனர். இதனால் மன்னர்களின் படைபலம் குறையத் தொடங்கி பிரிட்டிஷ் துணைப் படையின் பலம் பெருகத் தொடங்கியது. சமஸ்தான மன்னர்கள் தங்கள் பாதுகாப்பிற்கு வேறு வழியின்றி பிரிட்டிஷ் துணைப் படையை நம்பியிருக்க வேண்டிய சூழல் உருவானது. 1801 ஆம் ஆண்டு தென் இந்தியக் கிளர்ச்சி ஏற்பட்டதும் இவரது ஆட்சியில்தான் என்பது குறிப்பிடத்தக்கது.

1813 இல் கவர்னர் ஜெனரலாகப் பதவிக்கு வந்த ஹேஸ்டிங்க்ஸ் சீர்திருத்தங்களை விட ஆங்கிலேயர்களின் எல்லைப் பகுதிகளை விரிவுபடுத்துவதில்தான் அதிக அக்கறை காட்டினார். நேபாளப் போரில் வெற்றி பெற்றதன் பயனாக சிம்லா, நைநிடால், முசோரி, டல்ஹவுசி ஆகிய மலைவாசப் பிரதேசங்கள் ஆங்கிலேயரின் கட்டுப்பாட்டில் வந்தன. பிகானீர், ஜெய்பூர், ஜெய்சால்மர், உதய்பூர், பண்டி, கிஷன்கார் ஆகிய ராஜபுத்திர மன்னர்கள் பிரிட்டிஷ் இந்திய படைகளின் பாதுகாப்பைக் கோரியதுடன் அதற்கான செலவையும் ஏற்றுக் கொள்ள ஒப்புக் கொண்டனர். சமஸ்தானங்களில் பிரிட்டிஷ் இந்தியப் படைகள் நிரந்தரமாக நிறுத்தப்படவே மறைமுகமாக தங்களைக் கட்டுப்படுத்தும் உரிமை யையும் ராஜபுத்திரர்கள் தாங்களாகவே தாரை வார்த்துக் கொடுத்தனர்.

அடுத்து கவர்னர் ஜெனரலாக பதவிக்கு வந்த டல்ஹவுசியின் பங்கு கணிசமானது. வாரிசு இல்லாமல் மன்னர்கள் இறந்தால் அவர்கள் சமஸ்தானம் ஆங்கிலேயே அரசுடன் இணைக்கப்படும் எனப்படும் 'தத்துரிமை ரத்து' (Doctrine of Lapse) கொள்கையின் அடிப்படையில் சதாரா, நாக்பூர், ஜான்சி, ஜெய்பூர், சாம்பல்பூர், உதய்பூர், சிக்கிம், பீகார், தஞ்சாவூர் ஆகிய சமஸ்தானங்கள் ஆங்கிலேயரின் கட்டுப்

பாட்டுக்குள் வந்தன. இவரது கொள்கைகள் பாதிக்கப்பட்டவர்களால் கடுமையாக விமர்சிக்கப்பட்டாலும் ஆங்கிலேயேயப் பேரரசை விரிவுபடுத்த உதவியது என்ற வகையில் இங்கிலாந்து அரசின் முழு ஆதரவு கிடைத்தது.

1613 இல் இந்தியாவில் கிழக்கு இந்தியக் கம்பெனியாகத் தடம் பதித்த ஆங்கிலேயர் அடுத்த இருநூறு ஆண்டுகளில் இமயம் முதல் குமரி வரையும், கல்கத்தா முதல் பம்பாய் வரையும் இந்தியாவில் தங்கள் அதிகார எல்லையை விரிவுபடுத்திக் கொண்டனர்.

❐

2. கிளர்ச்சிகள்

1801 ஆண்டு தொடங்கி 1857 ஆண்டு வரை ஆங்கிலேயர்களை எதிர்த்து நாடு முழுவதும் பல்வேறு கிளர்ச்சிகள் நடைபெற்றன. அவற்றுள் 1800 இல் தென் இந்தியப் பிராந்தியக் கூட்டமைப்புகளின் கிளர்ச்சி, 1806 இல் வேலூர் கிளர்ச்சி, 1857 இல் சிப்பாய்க் கலகம் ஆகியவை குறிப்பிடத்தக்கவை.

புலித்தேவர் மற்றும் வீரபாண்டியக் கட்டபொம்மன்

கிழக்கு இந்தியக் கம்பெனிக்கு எதிராக முதன் முதலில் போர்க்கொடி உயர்த்தியவர் நெல்கட்டுஞ்செவல் பாளையத் தலைவரான புலித் தலைவர்தான். கர்னல் அலெக்சாண்டரை வெற்றி கொண்டாலும், ஆங்கிலேயர் துணையுடன் வந்த கான்சாகிப்பிடம் 1761 இல் தோற் கடிக்கப்பட்டதுடன் வீரமரணமும் எய்தினார். அவருக்குப் பின் வந்த பாஞ்சாலங்குறிச்சி பாளையத் தலைவர் வீரபாண்டிய கட்ட பொம்மன் ஆங்கிலேயரை எதிர்த்துத் தீவிரமாகப் போராடினார். ஆனாலும் மேஜர் பேனர்மேனிடம் தோல்வி அடைந்ததுடன் 1796 அக்டோபர் 17 ஆம் தேதி கயத்தாற்றில் தூக்கிலிடப்பட்டார். இவரது மரணத்தைத் தொடர்ந்து எழுந்த கிளர்ச்சியே 'தென்

இந்தியக் கிளர்ச்சி' என்றும் 'இந்தியாவின் முதல் சுதந்திரப் போர்' என்றும் வர்ணிக்கப்படுகிறது.

ஆற்காடு நவாப் சந்தா சாகேப், தஞ்சாவூர் பிரதாப் சிங், மதுரை கான் சாஃகிப் ஆகியோர் கம்பெனியின் விசுவாசிகளாயினர். ஆனால் மைசூர் மன்னர்களான ஹைதர் அலியும், திப்பு சுல்தானும் ஆங்கிலேயர் ஆதிக்கத்தை எதிர்த்துப் போரிட்டு வீர மரணம் எய்தினர். மன்னர்களின் மணி முடியைக் காலில் மண்டியிட வைத்த ஆங்கிலேயர்களால் பாளையக்காரர்களை அடக்க முடியவில்லை.

ஆங்கிலேயர் ஆட்சியில் அரசியல் மற்றும் பொருளாதார அடக்குமுறை இரண்டும் தலைவிரித்தாடின. அதிக அளவில் வரி விதித்து மக்களைச் சுரண்டினர். வரி செலுத்த முடியாமல் விற்கப்பட்ட நிலங்கள் கம்பெனிக்குச் சொந்தமாயின. இங்கிலாந்தில் இருந்து பொருட்கள் இறக்குமதி செய்யப்பட்டதால் உள்ளூர் வர்த்தகம் கடுமையான பாதிப்பிற்குள்ளானது.

மருது பாண்டியர் வருகை

சிவகங்கை மன்னனிடம் சாதாரண ஊழியர்களாகப் படையில் சேர்ந்த மருது சகோதரர்கள் தங்கள் கடுமையான உழைப்பு, ராஜ விசுவாசம் காரணமாக அரசுக் கட்டிலில் அமர வைக்கப்பட்டனர். பாளையக்காரர்களிடம் ஒற்றுமை இல்லாததே தோல்விக்குக் காரணம் என்பதை உணர்ந்து அனைவரையும் ஒன்றிணைக்கும் பணியில் இறங்கியதுடன் அவற்றிற்குப் பாலமாகவும் மருது பாண்டியர் செயல்பட்டனர். *1795* இல் இராமநாதபுரம், திருநெல்வேலி, திண்டுக்கல் மற்றும் மலபார்-கோயமுத்தூர் ஆகிய நான்கு பிராந்திய கூட்டமைப்புக்கள் உருவாகின. தஞ்சை, மதுரை சுற்றுவட்டார பாளையக்காரர்கள் ஆதரவுடன் இராமநாதபுரம் கூட்டமைப்பிற்கு மருது சகோதரர்கள் தலைமையேற்றனர். இவ்வாறாக மருது பாண்டியர்களின் வழிகாட்டுதலில் தென் இந்தியக் கிளர்ச்சி வடிவம் பெற்றது.

1800 ஏப்ரலில் கூடிய கூட்டத்தில் ஒரே நேரத்தில் பல பகுதிகளைத் தாக்குவது, பாளையக்காரர்கள் இறுதிவரை ஒற்றுமையுடன் செயல்

படுவது, பலம் வாய்ந்த ஆங்கிலேயருடன் நேருக்கு நேர் மோதாமல் மறைமுகமாக கொரில்லாப் போரில் ஈடுபடுவது உள்ளிட்ட முக்கிய முடிவுகள் எடுக்கப்பட்டன.

திட்டமிட்டபடி திண்டுக்கல், திருச்சி, சேலம், கோயமுத்தூர், மதுரை, மைசூர், சிவகங்கை, பாஞ்சாலங்குறிச்சி, இராமநாதபுரம், காளையார்கோயில், பரமக்குடி, திருப்பத்தூர், தஞ்சை, புதுக் கோட்டை, எட்டயபுரம் உள்ளிட்ட பல இடங்களில் ஒரே நேரத்தில் கிளர்ச்சி வெடித்தது. பாளையக்காரர்களுக்கும், ஆங்கி லேயர்களுக்கும் வெற்றி தோல்வி மாறி மாறி கிடைத்துக் கொண் டிருந்தது. இந்நிலையில் மருது பாண்டியர் திருச்சியில் வரலாற்றுச் சிறப்புமிக்க பிரகடனத்தை வெளியிட்டார். இந்தியாவில் இருந்து ஆங்கிலேயரை வெளியேற்ற சாதி, சமய வேறுபாடின்றி அனைவரும் ஒற்றுமையுடன் செயல்பட வேண்டும் என்று அறைகூவல் விடுத்தார்.

தென் இந்திய முழுவதும் ஒரே நேரத்தில் கிளைர்ச்சிகள் நடக்கவே ஆங்கிலேய அரசு உஷாரானது. கூடுதல் படைகளும் நவீன ஆயுதங்களும் வரவழைக்கப்பட்டன. தென் இந்தியக் கிளர்ச்சி களுக்குக் காரணமான மருது சகோதரர்களை முதலில் வீழ்த்தி விட்டால் மற்ற இடங்களில் நடைபெற்றுவரும் கிளர்ச்சிகள் தாமாகவே நின்றுவிடும் என்று கணக்குப் போட்டனர். அதன்படி 1801 செப்டம்பர் 30 ஆம் தேதி மிகப் பெரிய படையுடன் காளையார்கோயிலை நாலாபக்கமும் சுற்றி வளைத்து யாரும் தப்பி ஓட முடியாதபடி வளைத்தனர். அப்போது நடைபெற்ற கடுமை யான போரில் மருதுபாண்டியர்கள் சிறைப்பிடிக்கப்பட்டு பின்னர் தூக்கிலிடப்பட்டனர். தொடர்ந்து நடைபெற்ற போரில் ஊமைத் துரையும் வீர மரணம் அடைந்தார்.

ஆங்கிலேயர்கள் கணித்தபடி மருதுபாண்டியர்களின் மரணத்துடன் தென் இந்தியக் கிளர்ச்சி முடிவிற்கு வந்தது.

வேலூர் கிளர்ச்சி

தென் இந்தியக் கிளர்ச்சியின்போது தப்பியோடிய கிளர்ச்சிக் காரர்கள் வேலூரில் குடியேறினர். திப்பு சுல்தானின் மரணத்தைத்

தொடர்ந்து அவனது வாரிசுகள் வேலூரில் சிறை வைக்கப்பட்டிருந்த தால் மைசூரில் மீண்டும் ஆட்சியைப் பிடிக்க கன்னட கிளர்ச்சி யாளர்களும் வேலூரில் குடிபுகுந்தனர். இவர்கள் அனைவரும் அடிக்கடிக் கூடிப் பேசி ஆங்கிலேயர்களுக்கு எதிராக மீண்டும் மிகப் பெரிய கிளர்ச்சியை ஏற்படுத்த முடிவு செய்தனர். இதற்கிடையே பாளையக்காரர்களிடம் பயிற்சி பெற்ற கிளர்ச்சியாளர்கள் கம்பெனியின் ராணுவத்தில் சேர்ந்தனர்.

1806 இல் சென்னை ராணுவப் பிரிவில் சில மாற்றங்கள் அறிமுக மாயின. அதன்படி சிப்பாய்கள் ஐரோப்பியர்களை அணிவதைப் போன்று சிலுவைச் சின்னத்துடன் கூடிய தொப்பிகளை அணிய வேண்டும். காதில் கடுக்கண் அணிவதோ, நெற்றியில் நாமம், திருநீறு இட்டுக் கொள்வதோ கூடாது என்ற நிபந்தனைகள் விதிக்கப் பட்டன. மேலும் தொப்பியில் இருந்த முடிச்சு பசு மற்றும் பன்றித் தோலால் தயாரிக்கப்பட்டது என்ற ஐயமும் இந்து மற்றும் முகம்மதிய சிப்பாய்களுக்கு ஏற்பட்டது. மத உணர்வுகளைப் புண் படுத்துவதுடன் கிருத்துவ மதத்திற்கு மாற்றும் வகையில் ஆங்கி லேயே அரசு நடந்து கொண்டதால் சிப்பாய்கள் அதிர்ச்சி அடைந் தனர். ஆற்காடு நவாப்பும், ஐதராபாத் நிஜாமும் தங்கள் உரிமை களைப் பாதுகாத்துக் கொள்ள கம்பெனிக்கு எதிராகச் செயல்பட முடிவு செய்திருந்தனர். ஆங்கிலேயர்களுக்கு எதிரான இவர்கள் வெறுப்பை கிளர்ச்சியாளர்கள் பயன்படுத்திக் கொண்டு மிகப் பெரிய கிளர்ச்சிக்காகத் திட்டமிட்டனர்.

1806 ஜூலை 13 ஆம் நாள் வேலூர் கோட்டையை முற்றுகையிடுவது என்றும் அதனைத் தொடர்ந்து மைசூர் மற்றும் ஐதராபாத்தில் அடுத்தடுத்து தாக்குதல் போராட்டங்களை நடத்தி ஆங்கிலேயே அரசைத் திணறடிக்க வேண்டும் என்றும் முடிவெடுத்தனர். ஆனால் முடிவு செய்திருந்த 13 ஆம் தேதிக்கு முன்னதாக 9 ஆம் தேதியே திடீரென கிளர்ச்சியில் ஈடுபட்டனர். பல ஆங்கிலேயே தளபதிகளும் வீரர்களையும் கொன்று குவித்தனர். ஆங்கிலேயே யூனியன் ஜாக் கொடி இறக்கப்பட்டு சிகப்பு பின்னணியில் பச்சைக் கோடுகளின் நடுவே சூரியன் வடிவத்துடன் கூடிய திப்பு சுல்தானின் கொடி

ஏற்றப்பட்டது. திப்பு சுல்தானின் மூத்த மகன் பட்டே ஹைதர் மைசூர் அரசனாக முடிசூடப்பட்டார்.

வேலூர் கோட்டை கிளர்ச்சி குறித்த தகவல் கிடைத்தவுடன் கர்னல் கில்லெஸ்பி மிகப் பெரிய படையுடன் வேலூர் கோட்டைக் கதவுகளைத் தகர்த்து உள்ளே நுழைந்தார். ஆங்கிலேயே பீரங்கி களுக்கும், நவீன துப்பாக்கிகளுக்கும் கிளர்ச்சிக்காரர்களால் ஈடு கொடுக்க முடியவில்லை. கோட்டைக்குள் இருந்த பெரும்பாலா னோர் கொன்று குவிக்கப்பட சரணடைந்தோர் சிறையில் அடைக்கப்பட்டனர்.

வேலூர் கிளர்ச்சி குறித்து அறிக்கை அளிக்க விசாரணக்குழு அமைக்கப்பட்டது. சிப்பாய்களுக்கு வழங்கப்பட்ட தொப்பியில் இருந்த சிலுவைச் சின்னம், பசு மற்றும் பன்றித் தோலால் தயாரான தொப்பி முடிச்சு ஆகியவை இந்து - முஸ்லின் வீரர்களின் மத உணர்வைப் புண்படுத்தியதுடன் அவர்களைக் கிருத்துவர்களாக்கும் மதமாற்ற முயற்சி என்று அஞ்சினார்கள். எனவே ஆங்கிலேயர் மீது வெறுப்பு கொண்டார்கள். இந்த வெறுப்புணர்ச்சியைத் திப்பு சுல்தானின் வாரிசுகள் பயன்படுத்திக் கொண்டு வேலூர் கிளர்ச்சிக்கு வழிவகுத்தனர் என்ற முடிவிற்கு விசாரணைக் குழு வந்தது. இந்தியாவில் மத உணர்வுகள் மதிக்கப்பட வேண்டும் என்பதை உணர்ந்து கொண்டு ஆங்கிலேயர் மதமாற்ற முயற்சிகளைக் குறைத்துக் கொண்டனர். சென்னைக் கவர்னர் வில்லியம் பெண்டிங் பதவி பறிக்கப்பட்டு புதிய கவர்னராக பார்லோ நியமிக்கப்பட்டார்.

வடமாநிலங்களில் கிளர்ச்சிகள்

மருதுபாண்டியர்களின் ராமநாதபுரம் மற்றும் வேலூர் கிளர்ச்சியைத் தொடர்ந்து இந்தியா முழுவதும் பல மாநிலங்களில் ஆங்காங்கே எதிர்ப்புகளும், கிளர்ச்சிகளும் வெடித்தன. திருவாங்கூர் கலகம், நிஜாம் எதிர்ப்பு, ஆந்திர மற்றும் மேற்குத் தொடர்ச்சி மலைவாழ் மக்கள் எதிர்ப்பு, மெர்வாரா மக்கள் கிளர்ச்சி, சூரத் கிளர்ச்சி, மராத்தி கோட்டை கோல்காப்பூர் காட்காரிகள் எதிர்ப்பு, அஸ்ஸாமின் காஸி மற்றும் சிங்போக்கள் எதிர்ப்பு, நாக்பூர் கோல் மக்கள் எதிர்ப்பு, பீகார் சாந்த்தல் கிளர்ச்சி ஆகியவை குறிப்பிடத்

தக்கவை. இவை வரலாற்றில் இடம் பெறத்தக்க அளவில் மிகப் பெரிய கிளர்ச்சிகளாகத் திகழவில்லை என்றாலும் பின்னாளில் அகில இந்திய அளவில் வெடித்த 1857 பெருங்கிளர்ச்சிக்கு வித்திட்டன என்பது மறுக்க முடியாத உண்மை.

1857 பெருங்கிளர்ச்சி

1857 பெருங்கிளர்ச்சி கானிங் காலத்தில் முழுமை நடந்தாலும், அவருக்கு முன்பிருந்த கவர்னர் ஜெனரல் டல்ஹௌசி காலத்தி லேயே (1848-1856) தொடங்கியது. அவரது நில இணைப்புக் கொள்கை, ராணுவ சீர்திருத்த நிர்வாக நடவடிக்கைகள், மன்னர் வாரிசு இல்லாமல் இறப்பின் கம்பெனியுடன் நாட்டை இணைக்கும் கொள்கை (Doctrine of Lapse) உள்ளிட்ட பொருளாதார, நிர்வாக, சமுதாய, மத, இராணுவக் காரணிகள் ஆங்கிலேய அரசின் மீது வெறுப்பை வளர்த்தன. குறிப்பாக ஆட்சியில் இருந்த ராணி லக்ஷ்மி பாய், பகதுர்ஷா, நாநாசாகிப் ஆகியோர் இவரது கொள்கைகளால் கடுமையாகப் பாதிக்கப்பட்டனர்.

வளமான இந்தியாவைச் சுரண்டியதில் இந்தியாவை ஆண்ட முகலாயர்களுக்கும் ஆங்கிலேயர்களுக்கும் அதிக வேறுபாடு இல்லை என்றாலும், முகலாயர்கள் இந்தியாவிலேயே நிரந்தரமாகத் தங்கி ஆட்சி செய்தார்கள். ஓரளவு இந்தியர்களின் நலனுக்காகவும் பாடுபட்டார்கள். ஆனால் ஆங்கிலேயர்கள் இங்கே ஆட்சி செய் தாலும் அவர்களது தலைநகர் லண்டன்தான். எனவே தங்கள் சொந்த நாடான இங்கிலாந்தின் பொருளாதார மேம்பாட்டிலேயே தீவிர கவனம் செலுத்தி வந்தனர். அவர்களின் இந்தச் செயலே மக்களிடையே அதிருப்தியை ஏற்படுத்தியது. நாடு தழுவிய பல்வேறு கிளர்ச்சிகளுக்கு காரணியாகியது.

ஆங்கிலேயரின் தொழில் கொள்கை, விவசாயக் கொள்கை, நில இணைப்புக் கொள்கை, வாரிசு இல்லாத நாடுகள் இணைப்புக் கொள்கை ஆகியவை காரணமாக கிராமத் தொழிலாளர்கள், விவசாயிகள், நிலச் சுவாந்தார்கள், படை வீரர்கள் ஆகியோர் வேலை இழந்தனர். நிலத்தின் மதிப்பு எந்த அளவுகோலும் இல்லா மல் கடுமையாக அதிகரிக்கப்பட்டது. இந்த மதிப்பின் அடிப்படை

யில் நில வரி மற்றும் நிலத் தீர்வை ஆகியவையும் கணிசமாக உயர்த்தப்பட்டன. மழை இல்லாமல் விவசாயம் பாதிக்கப்பட்ட காலங்களிலும் வரிகளும், தீர்வைகளும் விதிக்கப்பட்டதால் கடன் தொலைக்கு ஈடாக சம்மந்தப்பட்டவர்கள் நிலங்களை அரசு ஜப்தி செய்தது.

ஆங்கிலேயே நிர்வாகம் மேம்போக்காக மிகச் சிறந்ததுபோல் தோன்றினாலும் அது இந்தியப் பாரம்பரியத்துக்கும், பண் பாட்டுக்கும் ஏற்றதாக அமையவில்லை. இனப்பெருமை, உயர்வு மனப்பான்மை காரணமாக நிர்வாகத்திலும், ராணுவத்திலும் உயர் பதவிகளில் ஆங்கிலேயர்களே நியமிக்கப்பட்டனர். தகுதியும், திறமையும் இருந்தாலும் இந்தியர்களுக்கு உயர் பதவிகள் மறுக்கப் பட்டன. மக்கள் பிரச்சனைகள் கிடப்பில் போடப்பட்டு ஆங்கி லேயர்களுக்குச் சாதகமான விஷயங்களுக்கு மட்டுமே முன்னுரிமை தரப்பட்டது.

இந்தியர்களை ஆங்கிலேயர்கள் சமமாக மதிக்கவில்லை. ரயிலிலும், பேருந்திலும் வெள்ளையர்களுக்கே முன்னுரிமை வழங்கப்பட்டது. அவர்கள் அருகே உட்காரக் கூட அனுமதிக்கவில்லை. சாதி, சடங்குகள், கூட்டுக் குடும்பம், கிராம பஞ்சாயத்து அமைப்பு ஆகியவை ஆங்கிலேயர்களின் கருத்துக்களுடன் ஒத்துப் போகாமல் முரண்பட்டன. இந்தியர்களுடன் இணைந்து வாழப் பிடிக்காமல் தனித்தன்மையுடன் இருக்கவே ஆங்கிலேயர்கள் விரும்பினார்கள்.

காவல் துறையும் நீதி மன்றமும் ஆங்கிலேயர்களுக்குச் சாதகமாக வும், மக்களை அச்சுறுத்தவுமே செயல்பட்டன. ஆங்கிலேயர் களுக்கு எதிராகக் குரல் கொடுத்தவர்கள் நீதி மன்றத்தால் தண்டிக்கப்பட்டு காவல் துறையினரால் கடுமையாகத் தாக்கப் பட்டனர். வல்லான் வகுத்ததே வழி என்பதுபோல் ஆங்கிலேயர்கள் வைத்ததுதான் சட்டம், சொல்வதுதான் வேதம் என்றானது. அரசுக்கு எதிராக சாதாரண இந்தியன் வழக்கு தொடர்வது என்பது கனவில் மட்டுமே சத்தியமானது.

உடன்கட்டை ஏறும் தடைச் சட்டம் (1829), தாழ்த்தப்பட் டோருக்கு சொத்துரிமைச் சட்டம் (1850), விதவை மறுமணச்

சட்டம் (1856), இந்துக்களின் பாரம்பரிய வேத பாடசாலைகளுக்கு எதிராகப் புதிய கல்வித் திட்டம் உள்பட ஆங்கிலேயர் இயற்றிய பல சட்டங்கள் கடுமையாவுன கண்டனத்துக்கு உள்ளாகின. 1813 இல் இயற்றப்பட்ட பட்டயச் சட்டம் (The Charter Act of 1813) மூலம் கிருத்தவர்கள் இந்தியாவில் தங்கு தடையின்றி எங்கு வேண்டுமானாலும் மதப் பிரச்சாரம் செய்ய அனுமதிக்கப்பட்டனர். கிருத்துவர்களாக மதம் மாற இந்துக்கள் ஊக்குவிக்கப்பட்டனர்.

மதம் மாறியவர்களுக்குப் பல்வேறு சலுகைகள் வழங்கப்பட்டன. பள்ளிகளிலும், கல்லூரிகளிலும், பொது இடங்களிலும், அரசு அலுவலகங்களிலும் கிருத்தவர்கள் மதப்பிரசாரம் செய்ய அனுமதி வழங்கப்பட்டது. இந்துக்களின் மத நம்பிக்கைகள், வழிபாடு முறைகள், சடங்குகள், சம்பிரதாயங்களைக் கேலி செய்து அச்சடிக்கப்பட்ட புத்தகங்கள் இலவசமாக அரசு ஆதரவுடன் விநியோகிக்கப்பட்டன. ஒரே மதம் 'கிருத்துவ மதம்' ஒரே கடவுள் 'இயேசு' என்ற நோக்கில் கிருத்தவர்கள் மதப் பிரச்சாரம் செய்தது இந்துக்களிடையே கொந்தளிப்பை ஏற்படுத்தியது. இந்துக்கள் நிறைந்த இந்தியாவை கிருத்தவ நாடாக்கி விடுவார்களோ என்ற வெறுப்பும் பரவத் தொடங்கியது.

'சூரியன் அஸ்தமிக்காத நாடு' என்ற ஆணவத்துடன் உலகின் பெரும்பாலான நாடுகளைத் தங்கள் ராணுவ பலத்தால் மண்டியிட வைத்தனர். ஆனால் 1841-42 ஆம் ஆண்டு ஆஃப்கானிஸ்தானுடன் நடைபெற்ற போரில் ரூ.50 கோடிகள் செலவு செய்தும் 20,000 ராணுவ வீரர்களை இழந்தும் இங்கிலாந்தால் வெற்றி பெற முடியவில்லை. இங்கிலாந்து தோல்வியைத் தழுவியது என்ற செய்தியை விட ஆங்கிலேய ராணுவத்தையும் தோற்கடிக்க முடியும் என்ற செய்தி பரவியதே வெள்ளையர்களை கவலையில் ஆழ்த்தியது. இந்தியச் சிப்பாய்களுக்கு இந்தச் செய்தி தேனாய் இனித்தது. அச்சம் உணர்வு கொஞ்சம் குறைந்தது என்றும் கூறலாம்.

இந்திய ராணுவத்தில் இங்கிலாந்து மேற்கொண்ட பல்வேறு நடவடிக்கைகளும் சிப்பாய்க் கலகத்துக்கு வழிவகுத்தன. கடல் தாண்டக் கூடாது என்பது இந்துக்களின் நம்பிக்கை. ஆனால்

ராணுவத்தில் இருந்த இந்தியர்கள் வெளிநாடுகளில் போர் புரிய வலுக்கட்டாயமாக அனுப்பி வைக்கப்பட்டனர். மேலும் திறமை யான இந்திய ராணுவ வீரர்களுக்குப் பதவி உயர்வுகள் தரப்படாமல் ஆங்கிலேயர்களுக்கு மட்டும் வழங்கப்பட்டன. இந்தியச் சிப்பாய் களுக்கு இலவச தபால் சலுகையும், ஓய்வூதியமும் ரத்து செய்யப் பட்டன. இவை இந்தியச் சிப்பாய்களின் ஆத்திரத்தை இன்னும் அதிகப்படுத்தியது.

1856இல் இங்கிலாந்து அரசு இந்திய ராணுவத்தில் புதிய என்ஃபீல்ட் துப்பாக்கிகளை அறிமுகப்படுத்தியது. பயிற்சி முகாம்கள் அம்பாலா, டம்டம் மற்றும் சியால்கோட் ஆகிய இடங்களில் நடத்தப்பட்டன. இதற்கிடையே துப்பாக்கியிலுள்ள தோட்டாக் களில் பசு மற்றும் பன்றிகளின் கொழுப்புகள் தடவப்பட்டுள்ளன என்ற வதந்தி பரவியது. பசு இந்துக்களுக்குப் புனிதமானது. முஸ்லீம் களோ பன்றிகளை வெறுப்பவர்கள். எனவே தோட்டாக்களை துப்பாக்கியில் பொருத்தும் முன்பு அவற்றை பற்களால் கடிக்க வேண்டிய நிர்பந்தம் இருந்ததால் இந்துக்களும், முஸ்லீம்களும் அருவெறுப்பு அடைந்தனர். தங்கள் மதங்களை அவமானப் படுத்தவே ஆங்கிலேயர்கள் தோட்டாக்களில் பசு மற்றும் பன்றிக் கொழுப்புகளைப் பூசி உள்ளனர் என்ற முடிவிற்கு வந்தனர்.

ஆங்கிலேய அரசு மீது ஏற்கனவே வெறுப்பில் இருந்த இந்து மற்றும் முஸ்லிம் சிப்பாய்களுக்கு தோட்டாக்களின் மீதான பசு மற்றும் பன்றிக் கொழுப்புப் பூச்சு விவகாரம் எரிமலையாக வெடித்தது. தேவை இல்லாமல் மத உணர்வுகளில் விளையாடிய ஆங்கிலேயர்கள் தாங்களே நாடு தழுவிய பெருங்கிளர்ச்சிக்குக் காரணமானார்கள். ஆப்பு அசைத்த குரங்கானார்கள்.

மங்கள் பாண்டே

கல்கத்தாவிற்கு அருகே உள்ள டம்டம் நகரில்தான் தோட்டாவில் கொழுப்பு தடவப்பட்ட செய்தி முதலில் தெரிய வந்தது. விரைவில் அது வங்காளம் முழுவதும் பரவ ஆரம்பித்தது. பெர்ஹாம்பூர் முகாமில் இருந்த இந்தியச் சிப்பாய்கள் மங்கள் பாண்டேயின் தலைமையில் தோட்டாக்களை வாங்க மறுத்தனர். லெஃப்டெனட்

பௌ தனது அதிகாரத்தைப் பயன்படுத்தி மிரட்டவே பணிய மறுத்த மங்கள் பாண்டே துப்பாக்கியால் அவனை நோக்கிச் சுட்டார். ராணுவ ஆணைக்கு அடிபணிய மறுத்ததுடன் துப்பாக்கியால் சுட்ட காரணத்திற்காக மங்கள் பாண்டேவிற்கு மரண தண்டனை விதிக்கப்பட்டது. வீர மரணத்தைத் தழுவினாலும் 1857 பெருங் கிளர்ச்சிக்கு வித்திட்ட பெருமை மங்கள் பாண்டேவிற்குக் கிடைத்தது.

பெர்ஹாம்பூரை அடுத்து மீரட், டெல்லி ஆகிய இடங்களில் சிப்பாய்க் கலகங்கள் பரவ ஆரம்பித்தன. டெல்லியில் நடைபெற்ற கிளர்ச்சியில் கர்னல் ரிப்ளை உள்பட பல ஆங்கிலேய அதிகாரிகள் கொல்லப்பட்டதுடன் அவர்களது பங்களாக்களும் கொளுத்தப் பட்டன. செங்கோட்டை கைப்பற்றப்பட்டு 1857 மே 16 இல் பகதூர்ஷா பேரரசராகப் பிரகடனப்படுத்தப்பட்டார். டெல்லியைத் தொடர்ந்து ஃபிராஸ்பூர், முஸாஃபர்பூர், அலிகார், பஞ்சாப், லக்னோ, பரேலி, கான்பூர், ஆக்ரா, ஜான்ஸி ஆகிய இடங்களில் கிளர்ச்சிகள் பரவின.

செங்கோட்டை வீழ்ச்சி ஆங்கிலேயரை அதிர்ச்சிக்குள்ளாக்கியது. சீனாவை நோக்கிச் சென்று கொண்டிருந்த மீட்புப் படை, பஞ்சாபில் இருந்த சீக்கிய மற்றும் ஐரோப்பியப் படைகள் டெல்லியை நோக்கித் திருப்பி விடப்பட்டன. ஜேம்ஸ் உட் ரோம், ஜார்ஜ்-ஹேவ்லாக், ஜான் நிகல்சன், காலின் கேம்பல், ஹக்ரோஸ் மற்றும் சென்னையில் இருந்து கர்னல் ஜேம்ஸ் நீல் ஆகியோர் கலவரத்தை அடக்க பிரத்யேகமாக அழைக்கப்பட்டு பல்வேறு இடங்களுக்கு அனுப்பப்பட்டனர்.

கர்னல் ஜேம்ஸ் நீல் பனாரஸையும், அலகாபாத்தையும், தளபதி ஹென்றி ஹேவ்லாக் கான்பூரையும், லக்னோவையும், காலின் கேம்பல் அயோத்தையும், தளபதி ஜான் நிக்கல்சன் டெல்லியையும் கைப்பற்றினார்கள். ராணி லக்ஷ்மிபாய், தாந்தியா தோபே, குன்வார்சிங் ஆகியோரை அடக்கும் பொறுப்பு ஹக்ரோஸிடம் ஒப்படைக்கப்பட்டது. இவர்கள் மூவரில் லக்ஷ்மிபாய் மட்டுமே இறுதிவரை கடுமையாகப் போரிட்டு போர்க்களத்திலேயே வீரமரணம் எய்தினார்.

1857 பெருங்கிளர்ச்சிக்கு அடிப்படை வேலூர் சிப்பாய்க் கலகமே என்றும், இன்னும் சொல்லப் போனால் அதன் விரிவாக்கமே என்றும் கருதப்படுகிறது. முதல் கிளர்ச்சிக்கு அடிப்படை அரசியல் பொருளாதாரக் காரணிகள். இரண்டாவது கிளர்ச்சிக்கு அடிப்படை இராணுவ மற்றும் மதக் காரணங்கள். தென் இந்தியக் கிளர்ச்சி வலுவான கூட்டமைப்புடன் தொடங்கப்பட்டது. ஆனால் வட இந்தியக் கிளர்ச்சியில் அது மாதிரியான கட்டுக்கோப்பான கூட்டமைப்பு எதுவும் இல்லாததால் வழிநடத்திச் செல்ல சரியான தலைமை கிடைக்கவில்லை. இரண்டு கிளர்ச்சிகளுமே இறுதியில் தோல்வியைத் தழுவின என்றாலும், எதிர்காலச் சுதந்திரப் போராட்டத்திற்கு வழிவகுத்தன என்பதில் ஐயமில்லை.

இவ்வாறாக பரபரப்புடன் தொடங்கிய பெருங்கிளர்ச்சி பரஸ்பர ஒத்துழைப்பும் சீரிய வழிகாட்டுதலும் இன்றி முளையிலேயே கிள்ளி எறியப்பட்டது. இது முதல் சுதந்திரப் போரா அல்லது ஆங்கிலேயர்களால் பாதிக்கப்பட்ட பல்வேறு பிரிவினர்களின் போராட்டமா என்பது தொடர்ந்து விவாதத்துக்குரிய கேள்வியாகவே உள்ளது.

◻

22 | இந்திய விடுதலைப் போராட்ட வரலாறு

3. இந்திய தேசிய காங்கிரஸ் தோற்றம்

ஆங்கிலேய ஆட்சியின் அதிகாரப் போக்கை எதிர்த்து ஆரம்பிக்கப்பட்ட கிளர்ச்சிகள், இந்திய மறுமலர்ச்சி ஆகியவை காலத்தின் கட்டாயமாக காங்கிரஸ் தோன்றுவதற்கான இயல்பான சூழ்நிலையை உருவாக்கின. அரசாங்கத்திற்கும், மக்களுக்கு மிடையே பாலமாகச் செயல்படக் கூடிய தேசிய அமைப்பு ஒன்று வேண்டும் என்ற நோக்கத்துடன் 'இந்திய தேசிய காங்கிரஸ்' அமைப்பைத் தோற்றுவித்தவர் ஆலன் ஆக்டேவியன் ஹ்யூம். இவர் ஒரு ஆங்கிலேயர் என்பது குறிப்பிடத்தக்கது. 1857இல் ஏற்பட்ட கிளர்ச்சியை விட மிக மோசமான கிளர்ச்சி ஏற்படுவதைத் தவிர்க்கவே காங்கிரஸ் அமைப்பை இவர் தோற்றுவித்தார் என்ற கருத்தும் உண்டு.

ஆங்கிலேயர்களுக்கு எதிராகப் படித்தவர்கள், படிக்காதவர்கள், ஏழைகள், பணக்காரர்கள் என அனைத்துத் தரப்பினரும் மனக் கசப்புடன் இருந்த நிலையில் அடித்தட்டு மக்களுக்குத் தலைமை தாங்கிப் படித்தவர்களும், வசதியானவர்களும் போராட ஆரம்பித் தால் பிரச்சனை இன்னும் சிக்கலாகி விடும் என்று பிரிட்டிஷ் அரசு

பயந்தது. எனவே பாமரர்களிடம் இருந்து பணக்காரர்களையும், படித்தவர்களைப் பிரிக்க ஆங்கிலேயர்களே காங்கிரஸ் என்னும் இயக்கத்தை படித்தவர்கள் தலைமையில் உருவாக்கி அதற்கு முழு ஆதரவளித்தது. இதன் காரணமாகவே படித்தவர்களும், பணக்காரர் களும் நிரம்பிய காங்கிரஸ் இயக்கம் ஆரம்ப காலத்தில் பிரிட்டிஷ் அரசுக்கு ஆதரவாகவே செயல்பட்டது.

பாலுக்கும் தோழன் பூனைக்கும் காவல் என்பதுபோல் பிரிட்டிஷ் அரசுக்கு விசுவாசமாக இருந்து கொண்டு இந்தியர்களின் நலனிலும் அக்கறை இருப்பதுபோல் காட்டிக் கொள்ள வேண்டும் என்பதே ஆங்கிலேயரான ஹ்யூமின் நோக்கம். தண்ணீருடன் எண்ணெய்யைக் கலந்தால் இரண்டும் ஒன்றாகக் கலக்காது. தண்ணீர் மீது எண்ணெய் மிதந்து கொண்டுதான் இருக்கும். அது போல்தான் ஆனது ஹ்யூமின் எண்ணமும். மகாத்மா காந்தியின் வரவிற்குப் பின்னால் பிரிட்டிஷ் அரசை இந்திய மண்ணில் இருந்து விரட்டியடிப்பதே காங்கிரஸின் முழு நோக்கமாக மாறியது என்றாலும், காங்கிரஸைத் தோற்றுவித்த பெருமை ஹ்யூம்தான் என்பதில் மாறுபட்ட கருத்துக்கு இடமில்லை.

இந்திய தேசிய யூனியன் என்ற பெயரில் ஹ்யூம் தொடங்கிய அமைப்பு தாதாபாய் நௌரோஜியின் அறிவுரையின்படி இந்திய தேசிய காங்கிரஸ் என்று பெயர் மாற்றம் பெற்றது. இதன் முதல் கூட்டம் 1885 டிசம்பர் 28 ஆம் தேதி பம்பாய் கோகுல்தாஸ் தேஜ்மல் சமஸ்கிருதக் கல்லூரி மண்டபத்தில் தொடங்கப்பட்டது. காங்கிரஸின் முதல் தலைவராக கல்கத்தாவைச் சேர்ந்த பிரபல வழக்கறிஞர் உமேஷ் சந்திர பானர்ஜியும், பொதுச் செயலராக ஆலன் ஆக்டேவியன் ஹ்யூமும் தேர்ந்தெடுக்கப்பட்டனர். சர் ஃபெரோஸ்ஷா மேத்தா, தாதாபாய் நௌரோஜி போன்ற பார்சீக்களும், ஃபக்ருதீன் தியாப்ஜி போன்ற முஸ்லீம்களும், டபிள்யூ சி பானர்ஜி போன்ற கிருத்தவர் களும் காங்கிரஸின் தூண்களாக இருந்தனர். நேர்மையும், விசுவாச மும், அக்கறையும் கொண்ட ஜாதி மத பேதமின்றி அனைத்துப் பிரிவுகளைச் சேர்ந்தவர்களும் கலந்து கொண்டனர். காங்கிரஸ் உறுப்பினர்கள் இடையே நட்புறவை ஏற்படுத்துதல், இந்தியாவின்

முக்கியப் பிரச்சனைகளில் இந்தியத் தலைவர்களின் கருத்துக்களைச் சேகரித்தல், காங்கிரஸ் நோக்கங்களை நிறைவேற்றுவதற்கான வழிமுறைகளைத் தீர்மானித்தல் ஆகியவை காங்கிரஸின் குறிக்கோள்களாக முதல் கூட்டத்தில் பதிவு செய்யப்பட்டன. காங்கிரஸ் வரவு மக்களிடையே புது உத்வேகத்தை ஏற்படுத்தியது.

பம்பாய் ராஜதானி சபை, பூனா சார்வஜனிக் சபை, சென்னை மகாஜன சபை, இந்திய தேசிய சபை ஆகிய அமைப்புகள் தனித்தனியாக இயங்கிக் கொண்டிருந்தாலும் காங்கிரஸுடன் இணக்கமாகவே இருந்தன. காலப் போக்கில் இவை காங்கிரஸுடன் இணைந்து கூட்டாகச் செயல்பட முடிவு செய்தன. குறிப்பாக இந்திய தேசிய சபையின் நிறுவனரான சுரேந்திரநாத் பானர்ஜி 1886இல் தனது அமைப்பைக் காங்கிரஸுடன் இணைத்து அதன் செல்வாக்குமிக்க தலைவர்களுள் ஒருவராகவும் விளங்கினார்.

இந்தியாவின் முக்கிய நகரங்களில் 1885 தொடங்கி 1905 வரை காங்கிரஸ் கட்சியின் கூட்டங்கள் நடைபெற்றன. கல்கத்தா (1886, 1890, 1896, 1901), பம்பாய் (1885, 1889, 1904), மதராஸ் (1887, 1894, 1898, 1903), அலகாபாத் (1888, 1892), நாக்பூர் (1891), லாகூர் (1893, 1900), பூனா (1895), அம்ரோதி (1897), லக்னோ (1899), அகமதாபாத் (1902), பனாரஸ் (1905). கிருஸ்துமஸ் திருநாளை ஒட்டி மூன்று அல்லது நான்கு நாட்கள் காங்கிரஸ் கட்சியின் கூட்டம் நடைபெறும். ஆனால் கூட்டங்களில் ஒப்புக்கு பொதுப் பிரச்சனைகளை விவாதிக்கப்பட்டு தீர்மானங்கள் நிறைவேற்றப்படும். தேநீர் அருந்தும் கூட்டமாக காங்கிரஸின் வருடாந்திரக் கூட்டங்கள் நடைபெற்றன. 'வருடாந்திர மகோத்சவம்', 'ஆண்டு தமாஷா', 'மூன்று நாள் கொண்டாட்டம்', 'ஆண்டு அதிசயம்' என்று பத்திரிக்கைகள் காங்கிரஸ் மாநாட்டைக் கிண்டலும் கேலியும் செய்தன.

"தங்களிடம் இருக்கும் விதவிதமான பட்டு ஆடைகளை அணிந்து கொண்டு, ஊர் சுற்றிப் பார்க்கவும், நண்பர்கள் உறவினர்கள் வீடுகளுக்குச் செல்லவும், ஓய்வெடுத்துக் கொள்ளவுமே இவர்கள் வருடா வருடம் கூடிக் களிக்க வருகிறார்கள்" என்று பஞ்சாப் சிங்கம் லாலா லஜ்பத் ராய் மனம் நொந்து சொன்னர். 1901 இல் நடைபெற்ற

கூட்டத்தில் கலந்து கொண்ட மகாத்மா காந்தி ‘மூன்று நாட்கள் கூடி பின் தூங்கச் செல்லும் அமைப்புதான் காங்கிரஸ்’ என்று விமர்சித் துள்ளார்.

“பிரிட்டிஷ் ஆட்சியை நிலைகுலைய வைக்கும் அளவிற்கு மிகப் பெரிய போராட்டங்களை எதையும் நடத்தாமல் அரசுக்கு எதிரான தீர்மானங்களை மட்டுமே நிறைவேற்றி தனது கடமையை முடித்துக் கொள்ளும் அமைப்பு” என காங்கிரஸ் குறித்த பல விமர்சனங்கள் எழுந்தது உண்மையே. இருப்பினும் பொது மக்களுக்கு அரசியல் குறித்த விழிப்புணர்வை ஏற்படுத்தியதுடன் அவர்களது உணர்ச்சி களைப் பிரதிபலித்த ஒரே அமைப்பு காங்கிரஸ்தான் என்பதில் யாருக்கும் மாறுபட்ட கருத்து இருக்க முடியாது.

காங்கிரஸ் மிதவாதிகளும் தீவிரவாதிகளும்

ஆங்கில அரசை எதிர்த்து வீதிகளில் இறங்கி போராட்டம் நடத்தி னால் மட்டுமே நீதி கிடைக்கும் என்று தீவிரவாதிகளும், சட்ட ரீதியான போராட்டங்களே நீண்ட காலப் பயனைத் தரும் என்று மிதவாதிகளும் காங்கிரஸில் இரு பிரிவுகளாகப் பிரிந்திருந்தனர். அரவிந்தர், லாலா லஜபதிராய், பால கங்காதர திலகர் உள்ளிட்ட தீவிரவாதிகள் காங்கிரஸின் மென்மையான அணுகுமுறைகளைக் கிண்டலடித்ததுடன் அதன் செயல்பாடுகளைக் கடுமையாகக் குறை கூறினர். உமேஷ் சந்திர பானர்ஜி, சுரேந்திரநாத் பானர்ஜி, தாயாபாய் நெளரோஜி, ஃபெரோஷ் ஷா மேத்தா, மகாதேவ் கோவிந்த ரானடே, ராஸ் பிஹாரி கோஸ், மதன் மோகன் மாளவியா ஆகியோர் மிதவாதிகளாகத் திகழ்ந்தனர். மிதவாதிகளின் தனிப் பெருந்தலைவராக விளங்கிய கோபால கிருஷ்ண கோகலேவோ நாங்கள் ‘யாசிக்கவில்லை’ மாறாக ‘யோசித்துச் செயல்படுகிறோம்’ என்று தங்கள் சட்ட ரீதியான போராட்டத்தை நியாயப்படுத்தினார்.

வங்காளப் பிரிவினை

வங்காளம், ஒரிசா, பீஹார் ஆகிய பகுதிகளை உள்ளடக்கியதே வங்காள ராஜதானியாகும். மிகப் பெரிய பரப்பளவு கொண்ட ராஜதானி என்பதால் நிர்வாக வசதிக்காகப் பிரிப்பதாக பிரிட்டிஷ்

ஆட்சி கூறினாலும், வங்காளத்தில் இருந்து புறப்பட்ட இந்து முஸ்லீம் தேசிய ஒற்றுமையைக் குலைக்க வேண்டும் என்பதுதான் அவர்களின் திட்டமாக இருந்தது. வைஸ்ராயாகப் பொறுப்பேற்ற கர்ஸன் பிரிட்டிஷ் அரசின் இந்த நீண்ட காலத் திட்டத்தை துரிதப்படுத்தும் முயற்சிகளில் இறங்கினார். வங்காளத்தில் இருந்த முஸ்லிகளுக்குக்கு பல சலுகைகளை வழங்குவதாகவும், முஸ்லிம்கள் அதிகம் வசிக்கும் கிழக்கு வங்காளத்தின் தலைநகரகாக டாக்கா இருக்கும் என்றும் உறுதி அளித்தார். மேலும் முஸ்லிம் சமயத்தை யும், பண்பாட்டையும் பாதுகாத்துக் கொள்ளவும் இந்துக்களின் ஆதிக்கத்தில் இருந்து விடுபடவும் ஒத்துழைப்பதாகவும் வாக்களித் தார். 1905 ஜூலை 19 அவர் வெளியிட்ட வங்காளப் பிரிவினை அறிவிப்பு அதே ஆண்டு அக்டோபர் 16இல் நிறைவேறியது. இவ்வாறாக நிர்வாக வசதி என்ற போர்வையில் கர்சன் வங்காளப் பிரிவினை மூலம் இந்துக்களையும், முஸ்லிம்களையும் பிரிப்பதில் வெற்றி கண்டார்.

சுதேசி இயக்கம் எழுச்சியும் வீழ்ச்சியும்

வங்காளம் பிரிக்கப்பட்ட அக்டோபர் 16 ஆம் நாளை 'துக்க நாளாகக்' கடைப்பிடிக்கும்படி அழைப்பு விடுத்தனர். தீர்மானங்கள் நிறைவேற்றியதுடன், ஊர்வலங்கள், பொதுக்கூட்டங்கள், போராட் டங்கள் நடத்தப்பட்டன. பொருளாதார ரீதியாக இந்தியாவை ஆங்கிலேய அரசு சுரண்டுவதைக் கண்டிக்கும் வகையிலும் இந்தியப் பொருட்களையே வாங்குதல், பயன்படுத்துதல், தற்சார்புடைமை, சுய உதவி ஆகியவற்றை நோக்கமாகக் கொண்டும் சுதேசி இயக்கம் பிறந்தது.

இதனைத் தொடர்ந்து சுதேசி நெசவாலைகள், சோப்பு, தீப்பெட்டி உள்பட அன்றாடம் பயன்படுத்தும் பொருட்களுக்கான தொழிற் சாலைகள், வங்கிகள், காப்பீடு நிறுவனங்கள் ஆரம்பிக்கப்பட்டன. கல்லூரிகள், நீதிமன்றங்கள், அலுவலகங்கள் ஆகியவற்றைப் புறக் கணிப்பதன் மூலம் நிர்வாகத்தை ஸ்தம்பிக்க வைக்க வேண்டும் என்றும் அரவிந்தர், பால கங்காதர திலகர், லாலா லஜபதிராய் ஆகியோர் முடிவெடுத்தனர்.

சுதேசி இயக்கம் இந்திய விடுதலைப் போரில் ஒரு திருப்பதை ஏற்படுத்தினாலும் எதிர்பார்த்த வெற்றியைப் பெற முடியாமல் போனதற்குப் பல காரணிகளைப் பட்டியலிடலாம். சுதேசி இயக்கத் திற்கு இந்து முலாம் பூசப்பட்டதால் வேறு மதத்தினர் பெருவாரி யாகப் பங்கேற்கவில்லை. சாத்வீகப் போராட்டமும், அந்நியப் பொருட்கள் புறக்கணிப்பும் மக்கள் மத்தியில் எதிர்பார்த்த வரவேற்பைப் பெறவில்லை. குறிப்பாக நீதிமன்ற, சட்டமன்ற, கல்லூரி, பள்ளிகள், அலுவலகங்கள் புறக்கணிப்பினால் அரசாங்கத்தை விட பொது மக்களே அதிகம் பாதிக்கப்பட்டதால் போராட்டத் திற்கு அழைப்பு விடுத்தவர்கள் மீதே அதிருப்தியைக் கட்டத் தொடங்கினர். காங்கிரஸில் இருந்த மிதவாத தீவிரவாத பிரிவினர் நடுவே நிலவிய இடைவெளி இன்னும் அதிகமானது.

சுதேசி இயக்கம் தோல்வி அடைந்தாலும் 1906 இல் தாதாபாய் நௌரோஜி தலைமையில் நடைபெற்ற கல்கத்தா காங்கிரஸ் கூட்டத்தில் ‘சுயராஜ்யம்’ என்ற அவரது கோஷத்திற்கு வழிவகுத்தது குறிப்பிட வேண்டிய விஷயம்.

சூரத் பிளவு

1907 டிசம்பர் 26 இல் சூரத்தில் கூடிய காங்கிரஸ் கூட்டம் மிதவாதி களும், தீவிரவாதிகளும் தங்கள் பலத்தை நிரூபிக்கும் கூட்டமாக மாறியது. தீவிரவாதிகள் பிரிவின் தலைவரான பாலகங்காதர திலகர் கொண்டு வந்த தீர்மானங்களை மிதவாதிகள் நிராகரித்தனர். இரு பிரிவினரும் மோதிக் கொள்ள நாற்காலிகளும், செருப்புகளும் பறந்தன. 28ஆம் தேதி நடைபெற்ற கூட்டத்தில் மிதவாதிகள் டாக்டர் ராஷ் பிஹாரி கோஷின் தலைமையிலும், தீவிரவாதிகள் அரவிந்த் கோஷின் தலைமையிலும் தனித்தனியாகக் கூடித் தீர்மானங்களை நிறைவேற்றிக் கொண்டனர். காங்கிரஸ் இரண்டாகப் பிளந்தது.

காங்கிரஸில் நிலவி வந்த மிதவாத தீவிரவாதப் பனிப்போரை முடிவிற்குக் கொண்டு வர சென்னையைச் சேர்ந்த அன்னி பெசண்ட் அம்மையார், சி.பி. ராமசாமி ஐயர், ஜி. சுப்பிரமணிய ஐயர், சுப்பா ராவ் உள்ளிட்ட பலர் கோகலே தலைமையில் முயற்சி செய்தும்

பலனின்றி இரு பிரிவுகளாகப் பிளந்தது. கோகலே தலைமையில் ஒரு பிரிவினரும், திலகர் தலைமையில் ஒரு பிரிவினரும் தனித்தனியாகச் செயல்பட்டனர். ஊர் இரண்டுபட்டால் கூத்தாடிக்குக் கொண்டாட்டம் என்பதுபோல் பிரிட்டிஷ் அரசு இந்தப் பிரிவினையைத் தனக்குச் சாதகமாகப் பயன்படுத்திக் கொண்டு குளிர்காய்ந்தது.

1907 ஆம் ஆண்டு தீவிரவாதப் பிரிவைச் சேர்ந்த பின் சந்திரபால் தமிழகத்தில் சூறாவளிச் சுற்றுப்பயணம் மேற்கொண்டு வீர முழக்கமிட்டார். அவரது பேச்சில் வ.உ. சிதம்பரம் பிள்ளை, சுப்பிரமணிய சிவா, வ.வே.சு. ஐயர், வாஞ்சிநாதன், மகாகவி சுப்பிரமணிய பாரதியார் ஆகியோர் ஈர்க்கப்பட்டனர். தமிழகத்தில் வ.உ. சிதம்பரம் பிள்ளை 'சுதேசி கப்பல் நிறுவனத்தை' ஆங்கிலேயரின் 'இந்திய நீராவிக் கப்பல் நிறுவனத்திற்குப்' போட்டியாகத் தொடங்கினார். இந்தியாவிலேயே சுதேசி கப்பல் நிறுவனத்தைத் தொடங்கிய பெருமை வ.உ. சிதம்பரம் பிள்ளையையே சாரும்.

திலகர் மற்றும் கோகலே மறைவு

1916 இல் நடைபெற்ற லக்னோ காங்கிரஸ் கூட்டத்தில் இரு பிரிவுகளும் மீண்டும் ஒன்றாக இணைந்தன என்றாலும் இந்த மகிழ்ச்சியான நிகழ்வைக் காண மிதவாதிகளின் தலைவரான கோபால கிருஷ்ண கோகலே அப்போது உயிருடன் இல்லை. 1915 பிப்ரவரி 19 இல் மறைந்தார். 'சுயராஜ்யம் எங்கள் பிறப்புரிமை அதை அடைந்தே தீருவோம்' என்று முழங்கிய தீவிரவாதிகள் பிரிவின் தலைவரான பால கங்காதர திலகரும் 1920 ஆகஸ்ட் 1இல் காலமானார். இவ்வாறாக காங்கிரஸில் மிதவாத மற்றும் தீவிரவாத பிரிவுகளுக்குத் தலைமை வகித்த இருவரையும் காலன் அழைத்துக் கொண்டான். மிதவாதம் தீவிரவாதம் என வெவ்வேறு வழிகளைத் தேர்ந்தெடுத்தாலும் இருவரும் இந்தியா விடுதலை பெற வேண்டும் என்று விரும்பிய அப்பழுக்கற்ற தேசியவாதிகள் என்பதில் மாற்றுக் கருத்து இருக்க முடியாது.

4. மகாத்மா காந்தியின் வருகை

மிதவாதப் பிரிவும், தீவிரவாதப் பிரிவும் ஒன்றாக இணைந்தா லும் சம்மந்தப்பட்ட பிரிவுகளுக்குத் தலைமை ஏற்ற திலகர் மற்றும் கோகலே ஆகியோரின் மறைவிற்குப் பின்னர் காங்கிரஸ் அமைப்பில் ஒரு தொய்வு ஏற்பட்டது. இரண்டு பிரிவுகளும் ஏற்றுக் கொள்ளத்தக்க பொதுவான தலைவர் இன்றி காங்கிரஸ் தவித்தது. இந்தத் தருணத்தில்தான் தனது தென் ஆப்பிரிக்கப் பயணத்தை வெற்றிகரமாக முடித்துக் கொண்டு வாராது வந்த மாமணிபோல் மகாத்மா காந்தியடிகளின் இந்திய வருகை அமைந்தது.

இந்திய விடுதலைப் போராட்ட வரலாற்றில் மகாத்மா காந்தியின் பிரவேசம் வரலாற்று முக்கியத்துவம் பெற்றது. தென் ஆப்பிரிக்கா வில் வெற்றி பெற்ற தனது சத்தியாக்கிரக அஹிம்சைப் போராட்ட யுக்திகளை காந்தியடிகள் இந்தியச் சூழலுக்கு ஏற்ப பயன்படுத்தி பரிசோதனை நடத்தினார். அந்த வெற்றியை தேசிய அளவில் விரிவுபடுத்தவும் முடிவெடுத்தார். அதற்கான வாய்ப்பு அவருக்கு ரௌலத் சட்டம் மூலம் கிடைத்தது.

ரௌலத் சட்டம்

ஆங்கிலேயரிடம் இந்தியா அடிமைப்பட்டுக் கொண்டிருந்த நிலையிலும், முதல் உலகப் போரில் தனது முழுமையான ஆதரவை இங்கிலாந்துக்கு வழங்கியது. ஆனால் இங்கிலாந்தோ நன்றி இல்லாமல் இந்தியத் தீவிரவாத அமைப்புகளை நசுக்க ஏற்கனவே இருந்த இந்தியப் பாதுகாப்பு சட்டத்திற்குப் பதில் கொடுமையான மற்றொரு சட்டத்தைக் கொண்டு வரத் திட்டமிட்டது. சிட்னி ரௌலத் என்னும் ஆங்கிலேய நீதிபதியின் தலைமையில் குழுவை அமைத்து புதிய சட்ட வரைவுகளை உருவாக்க ஆணையிட்டது. குழு சமர்ப்பித்த அறிக்கையின் பரிந்துரைகளின்படி தயாரிக்கப் பட்ட வரைவுகளே 'ரௌலத் சட்டங்கள்' ஆகும். இதன் முக்கிய அம்சங்கள் :-

1. அரசு சோதனை ஆணை ஏதுமின்றி யாரையும் எப்போதும் கைது செய்யலாம்.
2. 'பயங்கரமானவர்கள்' என்ற முத்திரையுடன் எந்தவிதமான விசாரணையும் இன்றி யாரையும் கால வரையின்றி சிறையில் அடைக்கலாம்.
3. நடுவர்கள் உதவியின்றி மூன்று உயர் நீதிமன்ற நீதிபதிகள் அரசுக்கு எதிரான துரோக வழக்குகளை விசாரித்துத் தீர்ப்பளிக்க லாம். அவர்களது தீர்ப்பே இறுதியானது. மேல் முறையீடு கிடையாது.

மக்கள் விரோத கருப்பு மசோதாக்களை தலைவர்கள் கண்டித்தனர். குறிப்பாக மகாத்மா காந்தி ரௌலத் மசோதா சட்டமாக நிறை வேற்றப்பட்டால் அறவழிப் போராட்டத்தைத் தொடங்குவேன் என்று அரசை எச்சரித்தார். ஆனாலும் ஆங்கிலேய அரசு எதையும் கவனத்தில் கொள்ளாமல் மசோதாக்களை சட்டமாக நிறைவேற் றியது. இந்த ரௌலத் சட்டம்தான் இந்திய விடுதலைப் போராட்ட வரலாற்றில் மிகப் பெரிய திருப்புமுனையை ஏற்படுத்தியது. ரௌலத் சட்டம் இந்தியர்களை வாட்டி வதைத்தது என்றாலும் இதன் மூலம் இந்திய விடுதலைப் போராட்டத்திற்குத் தலைமை தாங்க மகாத்மா காந்தி என்னும் மாபெரும் தலைவர் கிடைக்க வழிவகுத்தது.

1919 ஏப்ரல் *6* ஆம் தேதி சத்தியாகிரக நாளாக அனுசரிக்கும்படி காந்தியடிகள் வேண்டுகோள் விடுத்தார். அவர் விடுத்த அழைப்பை ஏற்று நாடு முழுவதும் ஊர்வலம், ஆர்பாட்டம், பிரார்த்தனை, பொதுக்கூட்டம் ஆகியவை அஹிம்சை வழியில் நடைபெற்றன. ஆனால் அரசின் தவறான அணுகுமுறையால் நாடெங்கும் வன்முறை வெடித்தது. மதுரா வந்தடைந்த காந்தியடிகள் மேற்கொண்டு பயணிக்கக் கூடாது என்று தடுக்கப்பட்டார். தடையை மீறிப் பயணித்த அவரைக் கைது செய்து பம்பாய்க்கு அழைத்துச் சென்றனர். காந்தியடிகள் கைது செய்யப்பட்ட விவரம் காட்டுத் தீ போல் பரவ அகமதாபாத், டெல்லி, பம்பாய், அமிர்தசரஸ், பாட்னா, லக்னோ ஆகிய இடங்களில் கலவரம் வெடித்தது. பொது மக்கள், அரசு அதிகாரிகள், ஆங்கிலேயர்கள் ஆகியோர் கொல்லப் பட்டனர். பொதுச் சொத்துக்கள் கொளுத்தப்பட்டன.

என்ன நடக்கக் கூடாது என விரும்பி சத்தியாகிரகப் போராட்டத் திற்கு காந்தியடிகள் அழைப்பு விடுத்தாரோ அது எதிர்மறையாக முடிந்தது. அஹிம்சை வழிப் போராட்டத்திற்கு மக்களுக்கு போதிய பயிற்சி அளித்துத் தயார்ப்படுத்தாமல் அவசரமாக களத்தில் இறங்கி விட்டோமோ என்று காந்தியடிகள் வருந்தினார். இமாலயத் தவறு செய்து விட்டதாக ஒப்புக் கொண்டு அவர் அழைப்பு விடுத்த சத்தியா கிரகப் போராட்டத்தை அவரே திரும்பப் பெற்றுக் கொண்டார்.

ஜாலியன் வாலாபாக் படுகொலை

ரௌலத் சட்டத்தை எதிர்த்து ஆரம்பித்த சத்தியாகிரகப் போராட் டத்தை காந்தியடிகள் நிறுத்திக் கொண்டாலும் ஆங்கிலேயே அரசு தனது அதிகார துஷ்பிரயோகத்தையும், அடக்குமுறையையும் நிறுத்தவில்லை. பஞ்சாபில் பிரபல காங்கிரஸ் தலைவர்களாக விளங்கிய டாக்டர் சைஃபுதீன் கிட்சுலு மற்றும் டாக்டர் சத்யபால் ஆகியோரைக் கைது செய்து நாடு கடத்துமாறு உத்தரவிட்டார் பஞ்சாப் துணைக் கமிஷ்னர். ஏற்கனவே ரௌலத் சட்ட அத்து மீறல்கள் மற்றும் மகாத்மா காந்தியடிகள் கைது ஆகியவற்றால் கொதித்துப் போயிருந்த பஞ்சாபியர்கள் தற்போது தங்கள் உள்ளூர் தலைவர்களின் நாடு கடத்தும் உத்தரவால் கோபத்தின் உச்சிக்கே

சென்றனர். ஆயிரக்கணக்கில் மக்கள் திரண்டு பஞ்சாப் துணைக் கமிஷ்னர் அலுவலகம் நோக்கிப் பயணித்தனர். ஆனால் வழியிலேயே அவர்கள் தடுத்து நிறுத்தப்பட்டதால் அரசு அலுவலகம் தீ வைப்பு, மின் கம்பிகள் அறுத்தல் என வன்முறை வெடித்தது. கலவரத்தை அடக்க நடந்த துப்பாக்கிச் சூட்டில் சுமார் இருபத்தி ஐந்து பஞ்சாபியர்கள் சம்பவ இடத்திலேயே சுட்டுக் கொல்லப் பட்டனர்.

துப்பாக்கி சூட்டில் பலியானவர்களுக்கு 1919 ஏப்ரல் 13 ஆம் தேதி ஜாலியன் வாலாபாக் என்னும் இடத்தில் இரங்கல் கூட்டம் நடத்த முடிவானது. இதை அறிந்த ஜெனரல் டயர் அந்த இடத்தில் கூட்டம் கூடுவதற்குத் தடை விதித்திருந்தான். அன்று சீக்கியர்களின் புனித பைசாகி நாளும் என்பதால் வழிபாடு நடத்த வந்த மக்கள் கூட்டமும் அஞ்சலி செலுத்த வந்தவர்களுடன் கூடியது. மாலை 04.30 மணி அளவில் ஜாலியன் வாலாபாக்கில் சுமார் 20,000 மக்கள் கூடிவிட்டனர். வழிபாடு நடத்த வந்தவர்களுக்கு அன்று பிறப்பிக்கப் பட்ட தடை உத்தரவு பற்றி எதுவுமே தெரியாது. எனவே தடை உத்தரவை மீறிக் கூடிய கூட்டத்தைப் பார்த்ததும் ஜெனரல் டயர் வெறிபிடித்தவன் போலானான். தடை உத்தரவை மீறிக் கூட்டம் கூடினால் மக்கள் கலைந்து செல்ல வேண்டும் என்றும் தவறினால் மேற்கொண்டு நடவடிக்கை எடுக்கப்படும் என்று எச்சரிக்கை விடுப்பது வழக்கம். ஆனால் ஜெனரல் டயர் முன்னறிவிப்பு ஏதும் செய்யாமல் துப்பாக்கிகளில் இருக்கும் அனைத்துத் தோட்டாக் களும் தீரும் வரையில் அப்பாவிப் பொதுமக்களைச் சுட்டுத் தள்ளுமாறு படைவீரர்களுக்குக் காட்டுமிராண்டித்தனமாக உத்தர விட்டான்.

15 நிமிடங்கள் 1650 ரவுண்ட்களில் சுமார் 400 மக்கள் கொத்துக் கொத்தாகச் செத்து விழுந்தனர். திறந்தவெளியாக இருந்தாலும் உள்ளே செல்வதற்கும் வெளியேறுவதற்கும் குறுகிய பாதைதான் இருந்தது. எனவே கூட்ட நெரிசலில் சிக்கி மிதிபட்டும், மருத்துவ மனையில் போதிய சிகிச்சையின்றியும் பலர் மரணமடைந்தனர். பயந்து போய் உள்ளே இருந்த பாழுங்கிணற்றில் விழுந்தும் பலர் மடிந்தனர்.

ரௌலத் சட்டத்துடன் திருப்தி அடையாத ஆங்கிலேய அரசு இராணுவச் சட்டத்தையும் பிறப்பித்தது. இதன் மூலம் பொது மக்கள் ஆங்கிலேய அதிகாரிகளைப் பார்க்கும் போதெல்லாம் கைகூப்பி வணங்க வேண்டும் என்று உத்தரவிட்டது. மேலும் சாலையில் நடக்காமல் தரையில் படுத்துக் கொண்டு நெற்றி நிலத்தில் பட ஊர்ந்து செல்ல வேண்டும் என்றும் ஆணை பிறப்பிக்கப்பட்டது. சவுக்கடி சதுக்கம் அமைக்கப்பட்டு மீறுப்பவர்களுக்கு அங்கே வரிசையாக கசையடி கொடுக்கப்பட்டது.

ஜெனரல் டயர் நடத்திய துப்பாக்கி சூடு பற்றி கண்துடைப்பு விசாரணை நடத்தப்பட்டு குழுவின் அறிக்கை பெறப்பட்டது. அவனது பதவி பறிக்கப்பட்டாலும் சகலவிதமான ராணுவ மரியாதையுடனும், மாபெரும் பணமுடிப்புடனும்தான் இங்கிலாந்துக்கு அனுப்பப்பட்டான்.

ரௌலத் சட்டம், டாக்டர் சைஃபுதீன் கிட்சுலு, டாக்டர் சத்யபால் கைது, ஜாலியன் வாலாபாக் படுகொலை, தரையில் ஊர்ந்து செல்வது, கசையடி உள்ளிட்ட கடுமையான ராணுவச் சட்டம், ஹண்டர் குழுவின் பாரபட்ச அறிக்கை, ஆயிரக்கணக்கானோரைச் சுட்டுக் கொன்ற டயருக்கு ராணுவ மரியாதையுடன் பணமுடிப்பு, ஐரோப்பியர் மானத்தைக் காப்பாற்றிய வீரன் என்று டயருக்கு பிரிட்டிஷ் பாராளுமன்றப் பாராட்டு ஆகியவை மகாத்மா காந்தியடிகளிடம் மிகப் பெரிய மனமாற்றத்தை ஏற்படுத்தின. ஒத்துழையாமை இயக்கத்தை முழுமூச்சுடன் செயல்படுத்தி ஆங்கிலேயரை இந்தியாவை விட்டு விரட்டியடித்தே ஆக வேண்டும் என்ற தீர்க்கமான முடிவிற்கு வந்தார்.

❒

5. ஒத்துழையாமை இயக்கம்

மகாத்மா காந்தியடிகள் 1920 மார்ச் 10 ஆம் தேதி வெளியிட்ட 'ஒத்துழையாமை' அறிக்கை குறித்து லாலா லஜபதிராய் தலைமையில் கல்கத்தாவில் கூடிய சிறப்பு காங்கிரஸ் வாக்கெடுப்புக்கு விட்டது. தனது ஒத்துழையாமை இயக்கத் தீர்மானத்தை காந்தியடிகள் முன்மொழிய, டாக்டர் கிட்சுலு வழிமொழிந்தார். மோதிலால் நேருவும், அலி சகோதர்களும் தீர்மானத்தை ஆதரிக்க, சி.ஆர். தாஸ், பி.சி. பால், எம்.எம். மாளவியா ஆகியோர் எதிர்த்தனர். இருப்பினும் 1855 : 873 என்ற வாக்குகள் விகிதத்தில் ஒத்துழையாமை தீர்மானம் வெற்றி பெற்றதாக அறிவிக்கப்பட்டது. பின்னர் நாக்பூரில் கூடிய காங்கிரஸ் மாநாடு காந்தியடிகளின் ஒத்துழையாமை தீர்மானத்தை முறையாக அங்கீகரித்து மக்கள் மத்தியில் பிரகடனப்படுத்தியது.

காந்தியடிகளின் ஒத்துழையாமைத் திட்டம் எதிர்மறை மற்றும் உடன்பாடு என இரு திட்டங்களை உள்ளடக்கியது. சட்டமன்றம், நீதிமன்றம், கல்வி, காவல்துறை, ராணுவப் புறக்கணிப்பு, விதேசிப் பொருள் விலக்கம், வரி கொடாமை ஆகியவை எதிர்மறைத் திட்டத்தில் அடங்கும். சுதேசி, கதர் நூற்றல், தீண்டாமை ஒழிப்பு,

இந்து-முஸ்லிம் ஒற்றுமை, சமூதாய சீர்திருத்தம் ஆகியவை உடன்பாடு திட்டத்தில் அடங்கும்.

1920 நாடு முழுவதும் நடைபெற்ற பல சட்டமன்றத் தேர்தல் களில் மகாத்மா காந்தியடிகளின் ஒத்துழையாமைத் திட்டத்தின் அடிப்படையில் காங்கிரஸ் போட்டியிடவில்லை. மதராஸ் ராஜதானியில் நடைபெற்ற தேர்தலிலும் காங்கிரஸ் போட்டியிடாத தால், நீதிக் கட்சி போட்டியின்றி சுலபமாக வெற்றி பெற்று ஆட்சி அமைத்தது. பிரபல வழக்கறிஞர்களாகத் திகழ்ந்த லாலா லஜபதி ராய், சி.ராஜகோபாலாச்சாரி, டி.பிரகாசம் ஆகியோர் நீதிமன்றப் புறக்கணிப்பு மூலம் அதிகமான வருவாய் தந்து கொண்டிருந்த வழக்கறிஞர் தொழிலுக்கு முழுக்குப் போட்டனர். விதேசிப் பொருட்களை புறக்கணிக்கும் விதமாக வெளிநாட்டுத் துணிகள் எரிக்கப்பட்டன. பிரிட்டிஷ் ராணுவத்திலும், காவல் துறையிலும் இந்தியர்கள் பணியாற்றுவது பாவம் என்று காந்தியடிகள் விடுத்த அறிக்கையை ஏற்று பலர் தங்கள் வேலையை ராஜினாமா செய்தனர். அந்நியப் பொருட்களை விலக்கச் சொன்ன காந்தியடிகள் இந்தியர்கள் அனைவரும் ராட்டையில் கதர் நூற்கக் கற்றுக் கொள்வதுடன் கதர் ஆடைகள்தான் அணிய வேண்டும் என்றும் வற்புறுத்தினார். கதர் ஆடைகளைக் கொள்முதல் செய்து விற்க சுதேசி கதர் கடைகள் நாடு முழுவதும் திறக்கப்பட்டன.

இங்கிலாந்து கன்னாட் கோமகனின் இந்திய வருகையை காங்கிரஸ் புறக்கணிப்பதாக அறிக்கை வெளியிட்டது. அதன்படி டெல்லி, கல்கத்தா, பம்பாய் ஆகிய நகரங்களில் அவரது வருகை முற்றிலு மாகப் புறக்கணிக்கப்பட்டது. ஆனால் மதராஸ் ராஜதானியில் காங்கிரஸுக்கு எதிரான நீதிக் கட்சி ஆட்சியில் இருந்ததால் கன்னாட் கோமகனுக்கு 1921 ஜனவரி 10 ஆம் தேதி மெரீனா கடற்கரையில் மிகச் சிறப்பான வரவேற்பு அளித்தனர். ஆனால் பொது மக்கள் அவரது வருகையைப் புறக்கணித்து அன்றைய தினம் கடைகளை அடைத்தும் கண்டனக் கூட்டங்கள் நடத்தியும் தங்கள் எதிர்ப்பைத் தெரிவித்தனர். புறக்கணிப்புகள் தனக்கு மிகுந்த அவமானத்தை ஏற்படுத்தியதாக கன்னாட் கோமகன் வருந்திய வாறே இங்கிலாந்து திரும்பினார்.

அரசுக்கும் பொது மக்களுக்கும் இடையே நல்லெண்ணத்தை வளர்க்க அதே 1921 ஆம் ஆண்டு நவம்பர் 17இல் வேல்ஸ் இளவரசர் இந்தியாவிற்கு வருகை தந்தார். கன்னாட் கோமகனுக்கு ஏற்பட்ட அவமானம் வேல்ஸ் இளவரசருக்கு ஏற்படக் கூடாது என்பதில் பிரிட்டிஷ் அரசு கவனமாக இருந்தது. காங்கிரஸோ இன்னும் அதிகமாக அவரது வருகையைப் புறக்கணிக்க வேண்டும் என்ற முனைப்புடன் செயல்பட்டது.

அவர் பம்பாய் வந்திறங்கிய அன்று முழு வேலை நிறுத்தம் நடைபெற்றதால் வெறிச்சோடிய சாலைகளும், மூடப்பட்ட கடைகளுமே அவரை வரவேற்றன. அரசு ஆதரவாளர்களுக்கும், அஹிம்சாவாதிகளுக்கும் நடைபெற்ற கைகலப்பு பயங்கர மோதலாக முற்றி இறுதியில் துப்பாக்கிச் சூட்டில் முடிந்தது. ஐம்பதுக்கும் அதிகமானோர் இறந்தனர். கல்கத்தாவில் நடைபெற்ற போராட்டத்தில் ஈடுபட்ட சி.ஆர். தாஸ், பஞ்சாபில் லாலா லஜபதிராய், ஐக்கிய மாகாணத்தில் மோதிலால் நேரு, ஜவஹர்லால் நேரு மற்றும் கோவிந்தவல்லப் பந்த் ஆகியோர் கைது செய்யப்பட்டு சிறையில் அடைக்கப்பட்டனர். மதராஸ் ராஜதானியில் சத்தியாகிரகிகளும், பொதுமக்களும் வேல்ஸ் இளவரசர் வருகையைப் புறக்கணித்தாலும், நீதிக் கட்சி ஆட்சியில் இருந்ததால் வேல்ஸ் இளவரசருக்கு சிறப்பான வரவேற்பு அளிக்கப்பட்டது.

தொடர்ந்து நடைபெற்ற போராட்டங்களை முடிவிற்குக் கொண்டு வர வைஸ்ராய் ரீடிங் சமாதானப் பேச்சுக்கு அழைப்பு விடுத்தார். ஆனால் மகாத்மாவோ ஒத்துழையாமை இயக்கத்தில் ஈடுபட்ட அனைவரின் விடுவிப்பு, முழுமையான பத்திரிக்கைச் சுதந்திரம் உள்ளிட்ட பல்வேறு நிபந்தனைகளை விதித்துக் கடிதம் எழுதினார். மேலும் கடிதம் கிடைத்த ஏழு நாட்களுக்குள் கோரிக்கைகளை நிறைவேற்றாவிட்டால் வரிகொடாமை மற்றும் சட்ட மறுப்பு இயக்கங்களை மீண்டும் தொடங்கப் போவதாக எச்சரித்தார். ஆனால் அரசிடம் இருந்து எந்த பதிலும் வராததால் மகாத்மா தான் அறிவித்த போராட்டத்தைத் தொடங்கத் தயாரானார்.

இதற்கிடையே கோரக்பூர் அருகே இருந்த சௌரிசௌரா கிராமத்தில் ஒத்துழையாமை இயக்கத்தின் போது வெடித்த

வன்முறையில் பொது மக்கள் 12 காவல் துறை அதிகாரிகளை காவல் நிலையத்திற்குள் பூட்டி உயிருடன் கொளுத்திக் கொன்றனர். அமைதியாக நடத்த வேண்டிய ஒத்துழையாமை இயக்கம் கொடூர மான படுகொலையில் முடிந்தது கண்டு அதிர்ந்தார் காந்தியடிகள். ஒத்துழையாமை இயக்கப் போராட்டத்தை உடனடியாக நிறுத்துவ தாக அறிவித்தார். மேலும் அரசு அவர் மீது வழக்க தொடர்ந்த போது படுகொலை, வன்முறை மற்றும் கலவரங்களுக்குத் தானே பொறுப் பேற்பதாகப் பெருந்தன்மையுடன் கூறி ஆறு வருட சிறை தண்டனை யையும் ஏற்றுக் கொண்டார். உலக வரலாற்றிலேயே பொது மக்கள் செய்த தவறுக்குப் பொறுப்பேற்று சிறைக்குச் சென்ற ஒரே தலைவர் மகாத்மா காந்தியடிகள் எனில் அது மிகையில்லை.

யாரோ எங்கோ செய்த தவறுக்காக ஒட்டு மொத்தமாக ஒத்துழையாமை இயக்கத்தைத் திரும்பப் பெற்றுக் கொண்ட காந்தியடிகளை மோதிலால் நேரும், சி.ஆர்.தாஸ், ஜவஹர்லால் நேரு, சி.ராஜகோபாலாச்சாரியார், மாளவியா, கஸ்தூரிரங்க ஐயங்கார் உள்ளிட்ட காங்கிரஸ் தலைவர்கள் கடுமையாகக் கண்டித்தனர். ஒத்துழையாமை இயக்கத்தில் சில குறைபாடுகள் இருந்தாலும் அது இந்தியர் அனைவரையும் சாதி, மத பேதமின்றி விடுதலை வேட்கை யுடன் ஒன்றிணைத்தது என்பதை மறுப்பதற்கில்லை. மேலும் இந்திய சுதந்திரப் போராட்ட வரலாற்றில் காந்தியடிகள் தலைமையில் சட்டமன்ற, நீதிமன்ற, பள்ளி, கல்லூரி, விதேசி பொருட்கள் புறக்கணிப்பு என தெளிவான கொள்கைகளுடன் நாடு தழுவிய போராட்டங்களை நடத்தவும் வழிவகுத்தது என்பதையும் நாம் நினைவில் கொள்ள வேண்டும்.

சுயராஜ்யக் கட்சி

காந்தியடிகள் சிறையில் அடைக்கப்பட்ட நிலையில் சரியான வழிகாட்டுதல் இன்றி காங்கிரஸ் தவித்தது. ஒத்துழையாமை இயக்கத்தின் ஒரு அங்கமான சட்டமன்றப் புறக்கணிப்பு தொடர வேண்டுமென சி. ராஜகோபாலாச்சாரி, இ.கே.ரங்கசாமி ஐயங்கார், எம்.ஏ. அன்சாரி உள்ளிட்ட ஒரு பிரிவினர் முடிவு செய்தனர். ஆனால் சட்டமன்றங்களில் நுழைந்து அவற்றைச் செயல்பட முடியாமல்

முடக்க வேண்டும் என்று வாதாடிய சித்தரஞ்சன் தாஸ், மோதிலால் நேரு, ஹகிம் அஸ்மல்கான் ஆகியோரின் கோரிக்கை ஏற்கப்படாத தால், காங்கிரஸை விட்டு வெளியேறி 'சுயராஜ்ய' என்னும் புதிய கட்சியைத் தோற்றுவித்தனர். சித்தரஞ்சன் தாஸ் தலைவராகவும், மோதிலால் நேரு பொதுச் செயலராகவும் தேர்ந்தெடுக்கப்பட்டனர். இந்திய நாட்டின் விடுதலை, மக்கள் விரோத சட்டங்களை எதிர்த்தல், பொது மக்கள் நலன் பாதுகாப்பு, தீண்டாமை ஒழிப்பு, உள்ளாட்சிகளை பலப்படுத்துதல் ஆகியவற்றை சட்டமன்ற உறுப்பினர்களாக இருந்து நிறைவேற்ற முடிவு செய்தனர். அதே சமயம் அரசு பதவிகள் எதையும் ஏற்கக் கூடாது என்பதிலும் உறுதி யாக இருந்தனர்.

1923 இல் நாடு முழுவதும் நடைபெற்ற மத்திய மாநில சட்ட மன்றத் தேர்தல்களில் சுயராஜ்யக் கட்சி போட்டியிட்டு மகத்தான வெற்றி பெற்றது. மத்திய சட்டமன்றம், பம்பாய், கல்கத்தா, பீகார், ஐக்கிய மாகாணம் ஆகிய இடங்களில் பெரும்பான்மை இடங் களைக் கைப்பற்றினர். ஆனால் பஞ்சாப், ஒரிசா, மதராஸ் ஆகிய இடங்களில் பெரும்பான்மை கிடைக்கவில்லை.

மத்திய சட்டமன்றம் மற்றும் மாநில சட்டமன்றங்களில் சுயராஜ்ய உறுப்பினர்கள் அரசின் மக்கள் விரோதச் செயல்களுக்குத் தங்கள் எதிர்ப்பை காட்டினர். ஒவ்வொரு மாநிலத்திலும் பிரிட்டிஷ் அரசாங்கம், தேர்ந்தெடுக்கப்பட்ட சட்டமன்ற உறுப்பினர்கள் அடங்கிய ஆளும் கட்சி மற்றும் எதிர்கட்சி என மூன்று அமைப்புகள் இருந்தன. பிரிட்டிஷ் அரசாங்கமும், ஆளும் கட்சியும் சேர்ந்து ஆளும் இரட்டை ஆட்சி முறை இருந்தது. சுயராஜ்ய கட்சி பெரும் பான்மை பெற்ற மாநிலங்களில் பிரிட்டிஷ் அரசுக்கு எதிராகச் செயல்பட்டு இரட்டை ஆட்சி முறையை முடக்கி தங்கள் சட்ட மன்ற நோக்கத்தை நிறைவு செய்தனர். மதராஸ் ராஜ்தானியில் சத்தியமூர்த்தி தலைமையிலான சுயராஜ்யக் கட்சி நீதிக் கட்சிக்கு சவாலாக அமைந்தது. சட்டமன்றத் தேர்தலில் சத்தியமூர்த்தி தலைமையிலான சுயராஜ்யக் கட்சி அதிக இடங்களைப் பெற்று வெற்றி பெற்றாலும், ஆட்சி அமைக்கக் கூடாது என்னும் கட்டுப்பாட்டிற்கு இணங்க அரசு அமைக்க மறுத்துவிட்டது. எனவே

நீதிக் கட்சி மீண்டும் ஆட்சியை அமைத்து பிரிட்டிஷ் அரசுக்கு ஆதரவாகச் செயல்பட்டதால் சுயராஜ்யக் கட்சியால் மதராஸ் ராஜ்தானியில் இரட்டை ஆட்சி முறையை முடக்க இயவில்லை.

1925 ஜூன் 16 இல் சித்தரஞ்சன் தாஸ் மறைவைத் தொடர்ந்து தேசிய அளவில் சிறப்பாகச் செயல்பட்ட சுயராஜ்யக் கட்சி மெல்ல மெல்ல தனது செல்வாக்கை இழந்து சரியத் தொடங்கியது. சட்ட மன்ற எதிர்ப்பு என்னும் தனது கொள்கைக்கு விரோதமாகச் செயல்பட்டு சுயராஜ்யம் என்னும் கட்சியை அவர் தொடங்கினா லும், தான் சிறையில் இருந்த காலத்தில் மக்கள் சோர்வடையாமல் போராட்டங்களைத் தொடர்ந்து நடத்திய பெருமை அவருக்கு உண்டு என காந்தியடிகள் விடுத்த இரங்கல் செய்தியில் அவரைப் பாராட்டினார்.

சைமன் குழு

காந்தியடிகள் சிறையில் இருந்த காலத்தில் சரியான தலைமை இல்லாமல் காங்கிரஸ் பல பிரிவுகளாகச் சிதறிக் கிடந்தது. இடைப் பட்ட காலத்தில் சுயராஜ்யம் என்ற பெயரில் பிரிந்து போனவர்கள் சட்டமன்றங்களுக்குள் நுழைந்து அரசுக்கு எதிரான தங்கள் எதிர்ப்பை சட்ட ரீதியாகப் பதிவுச் செய்தனர். சித்தரஞ்சன் தாஸ் மறைவுடன் சுயராஜ்யக் கட்சியும் தேய்ந்து போகவே பிரிந்து போன அனைத்துப் பிரிவினரையும் ஒன்றிணைத்து காங்கிரஸ் கட்சிக்கு மீண்டும் புத்துணர்ச்சி கொடுக்க காந்தியடிகள் தீவிரமாகச் செயல் பட்டார். 1926 இல் கூடிய கௌஹாத்தி காங்கிரஸ் கூட்டத்தில் மீண்டும் சட்ட மறுப்பு இயக்கத்தைத் தொடங்குவது என்றும் அரசாங்கப் பதவிகள் எதையும் ஏற்பதில்லை என்றும் முடிவானது.

1919 இல் உருவாகப்பட்ட அரசியல் சட்ட அமைப்பின் செயல் பாடுகள், இரட்டை ஆட்சி முறையின் நிறைகுறைகள், மக்கள் பிரதி நிதிகளுக்கு கூடுதல் அதிகாரங்கள் வழங்குவதால் ஏற்படும் சாதக பாதகங்கள் ஆகியவை குறித்து விரிவான ஆய்வு செய்து அறிக்கை அளிக்குமாறு பிரிட்டிஷ் லிபரல் கட்சியைச் சேர்ந்த சர் ஜான் சைமன் தலைமையில் ஆங்கிலேயர்கள் மட்டுமே அடங்கிய குழு அமைக்கப் பட்டது.

சைமன் குழுவில் ஒரு இந்தியர் கூட இடம் பெறாதது குறித்து காங்கிரஸ் அதிர்ச்சி அடைந்தது. இந்தியர்கள் யாரும் இல்லாத சூழலில் இந்தியாவின் பிரச்சனைகளை எவ்வாறு சைமன் குழு தீர்க்கும் என்று சென்னையில் கூடிய காங்கிரஸ் கூட்டம் வன்மை யாகக் கண்டித்தது. மேலும் இந்தியா வரும் சைமன் குழுவை பொது மக்கள் முற்றிலுமாகப் புறக்கணிக்க வேண்டும் என்ற வரலாற்று முக்கியத்துவமான தீர்மானமும் சென்னை நடைபெற்ற காங்கிரஸ் கூட்டத்தில்தான் நிறைவேற்றப்பட்டது.

1928 பிப்ரவரி 3ஆம் தேதி பம்பாய் வந்த சைமன் குழுவிற்கு எதிர்ப்புத் தெரிவிக்கும் வகையில் கருப்புக் கொடி காட்டப்பட்டு கடை அடைப்பும் நடத்தப்பட்டது. அதேபோல் சென்னை, டெல்லி, கல்கத்தா, லக்னோ, பாட்னா, லாகூர் என ஒவ்வொரு ஊருக்கும் சைமன் குழு வந்தபோது ஆங்காங்கே கடை அடைப்பு களும் போராட்டங்களும் நடத்தப்பட்டன. லாலா லஜபதிராய் மீது சாண்டர்ஸ் என்னும் காவல்துறை அதிகாரி நடத்திய தாக்குதலில் அவர் கடுமையாகப் பாதிக்கப்பட்டார். அவரது மரணத்திற்கும் அதுவே காரணமாயிற்று. ஒரு வருட காலம் இந்தியாவில் சுற்றுப் பயணம் மேற்கொண்ட சைமன் குழு 1929 மார்ச் 31 ஆம் தேதி லண்டன் திரும்பி அடுத்த ஆண்டு மே மாதம் தனது அறிக்கையைச் சமர்ப்பித்தது.

இதற்கிடையே லாலா லஜபதிராயின் மரணத்திற்குக் காரணமான ஆங்கிலேய அதிகாரி சாண்டர்ஸை பஞ்சாபைச் சேர்ந்த மாவீரன் பகத்சிங் சுட்டுக் கொன்று பழிதீர்த்துக் கொண்டான். 1929ஆம் ஆண்டு லாகூரில் ஜவஹர்லால் நேரு தலைமையில் கூடிய காங்கிரஸ் கூட்டம் சைமன் குழுவின் அறிக்கையைப் புறக்கணிப்பதாக அறிவித்தது. மேலும் பூரண சுயராஜ்யத்தைப் பெறுவதற்காக சட்ட மறுப்பு இயக்கத் தீர்மானத்தையும் நிறைவேற்றி இந்திய சுதந்திரக் கொடியையும் முதன் முதலாக இந்த மாநாட்டில் பறக்க விட்டனர்.

6. சட்ட மறுப்பு இயக்கம்

காங்கிரஸ் மாநாட்டில் எடுத்த முடிவிற்கு ஏற்ப ஒத்துழையாமை இயக்கத்தைத் தொடர்ந்து சட்ட மறுப்பு இயக்கத்தைத் தீவிரப் படுத்தும் முனைவுகளின் முதற்கட்டமாக மகாத்மா 14 அம்சச் கோரிக்கையை காந்தியடிகள் வெளியிட்டார். 1930 ஜனவரி 26 ஆம் தேதி நாடெங்கிலும் மக்கள் இந்தியக் கொடியைப் பறக்க விட்டு சுதந்திர தினமாகக் கொண்டாடினார்கள். ஆனால் வைஸ்ராய் இர்வின் போராட்டங்கள் தொடர்ந்தால் அடக்குமுறைகளும் தொடரும் என்று இறுமாப்புடன் பதிலளித்தார்.

உப்பு சத்யாகிரகம்

1930 பிப்ரவரி 14 ஆம் தேதி காங்கிரஸ் செயற்குழு சாபர்மதி ஆஸ்ரமத்தில் கூடியது. சட்ட மறுப்பு இயக்கத்தின் ஒரு பகுதியாக முதலில் உப்பு சத்தியாகிரகப் போராட்டத்தை தானே தலைமை ஏற்று நடத்தப் போவதாக காந்தியடிகள் அறிவித்தார். இதன் மூலம் மக்கள் தாங்களே கடல் நீரைக் காய்ச்சி உப்பு தயாரிக்கலாம் என்றும் அரசுக்கு உப்பு வரி செலுத்த வேண்டாம் என்று அறிவுறுத்தினார். அரசுக்குக் கிடைக்கும் வருவாயில் உப்பு வரி மிக மிகக் குறைவு என்பதால் காந்தியடிகளின் திட்டத்தை அனைவரும் எள்ளி நகைத்

தனர். காந்தியடிகளின் உப்பு சத்யாகிரக போராட்டத்தை தேநீர் கோப்பையில் எழுந்த புயல் (Storm in a tea cup) என்று கிண்டலடித் தார் வைஸ்ராய் இர்வின். கடல் நீரைக் காய்ச்சி உப்பு எடுப்பதன் மூலம் ஆங்கிலேயே அரசை அசைக்க முடியும் என்பது அதீத கற்பனை என்று பிரிட்டிஷ் அரசு மட்டுமின்றி காங்கிரஸ் தலைவர்கள் சிலரும் கருதினார்.

திட்டமிட்டபடி 1930 மார்ச் 12 ஆம் தேதி சாபர்மதி ஆஸ்ரமத்தில் இருந்து 385 கிமீ. தொலைவில் இருந்த தண்டிக்கு 78 சீடர்களுடன் பாத யாத்திரையைத் தொடங்கினார் காந்தியடிகள். 24 நாட்கள் பாத யாத்திரைக்குப் பின் ஏப்ரல் 5 ஆம் தேதி தண்டி கடற்கரையை அடைந்தார். கடல் நீரைக் காய்ச்சி உப்பு சத்யாகிரகத்தைத் தொடங்கி வைத்தார். சிறிய குழுவாக ஆரம்பித்த பாதயாத்திரை ஒவ்வொரு ஊரைக் கடக்கும் போதும் நூறாகவும், ஆயிரமாகவும் மக்கள் கூட்டம் பெருகி அவருடன் இணைந்து கொண்டது.

தமிழ்நாட்டில் ராஜாஜி தலைமையில் ஆயிரக்கணக்கானோர் 1930 ஏப்ரல் 13-28 தேதிகளில் திருச்சியில் இருந்து வேதாரண்யத்திற்குப் பாதயாத்திரையாகச் சென்று கடல் நீரைக் காய்ச்சி உப்பு தயாரித் தனர். சென்னை மெரீனா கடைற்கரையில் டி. பிரகாசமும், கே.நாகேஸ்வரராவும் உப்பு காய்ச்சினர்.

உப்பு சப்பில்லாமல் சப்பென்று உப்பு சத்தியாகிரகம் முடியும் என்று கிண்டலடித்த ஆங்கிலேய அரசு அதன் பிரம்மாண்ட வெற்றியைக் கண்டு அதிர்ச்சி அடைந்தது. உப்பு சத்யாகிரகம் என்ற பெயரில் நாடெங்கும் கலவரத்தைத் தூண்டி விட்ட குற்றத்திற்காக ஆங்கி லேய அரசு 1930 மே 4 ஆம் தேதி காந்தியடிகளைக் கைது செய்து புனாவில் உள்ள எரவாடா சிறையில் அடைத்தது. இதனால் காந்தியடிகளை விடுதலை செய்ய வேண்டும் என்று போராட்டம் இன்னும் அதிகரித்ததே தவிர குறையவில்லை.

சட்ட மறுப்பு இயக்கமும் உப்பு வரி உள்ளிட்ட வரிகள் கொடாமை, அரசுப் பணி விலகல், பள்ளி கல்லூரி செல்லாமை, விதேசிப் பொருட்கள் புறக்கணிப்பு, கதர் ஆடை அணிதல், மதுக்கடை மறியல் என பல வழிகளில் விரிவடைந்தது. காங்கிரஸ் தடை செய்யப்பட்டது.

❒

7. வட்ட மேஜை மாநாடுகள்

மகாத்மா அறிவித்த சட்ட மறுப்பு இயக்கம் நாடெங்கிலும் நடந்து கொண்டிருக்கும் போதே லண்டனில் முதல் வட்ட மேஜை மாநாடு பிரிட்டிஷ் பிரதமர் ரம்சே மக்டொனால்ட் தலைமையில் 1930 நவம்பர் 12 முதல் 1931 ஜனவரி 19 வரை நடந்து கொண்டிருந்தது. இந்தியக் கூட்டாட்சி, ஆட்சித் துறை, சட்டத் துறை, பொறுப்பாட்சியின் அடிபப்டையில் மாநில அரசுகளைத் திருத்தி அமைத்தல், சிறுபான்மையினர் மற்றும் தாழ்த்தப்பட்டோருக்கான தனித் தொகுதி ஒதுக்குதல் ஆகியவை மாநாட்டில் விவாதிக்கப் பட்டன.

காந்தியும் மற்ற தலைவர்களும் சிறையில் இருந்ததால் காங்கிரஸ் முதல் வட்டமேஜை மாநாட்டில் கலந்து கொள்ளாமல் புறக் கணித்தது. ஆனால் பிரிட்டிஷ் இந்தியா, இங்கிலாந்திலுள்ள அரசியல் கட்சிகள், இந்தியாவில் மன்னர் ஆட்சிக்கு உட்பட்ட சமஸ்தானங்கள், என சுமார் 89 பிரதிநிதிகள் மாநாட்டில் கலந்து கொண்டனர். ஆனாலும் ஒருமித்த கருத்து ஏற்படவில்லை. முதல் வட்ட மேஜை மாநாடு தோல்வியில் முடிந்தது.

காந்தி - இர்வின் ஒப்பந்தம்

காங்கிரஸ் மீதான தடையை நீக்காமலும், காந்தியின் பங்களிப்பு இன்றியும் எந்த மாநாடும் வெற்றி பெறாது என்பதை உணர்ந்த பிரிட்டிஷ் காங்கிரஸ் மீதான தடையை நீக்கியது. மேலும் காந்தியடிகளைச் சந்தித்து உடன்பாட்டை எட்டுமாறு வைஸ்ராய் இர்வினுக்கு பிரிட்டன் ஆலோசனை கூறியது. இதனைத் தொடர்ந்து 1931 பிப்ரவரி 17 முதல் மார்ச் 5 வரை பல்வேறு கட்டங்களாக காந்தி - இர்வின் பேச்சுவார்த்தைகள் நடைபெற்றன. இருவருக்கும் இடையேயான உடன்பாடே காந்தி - இர்வின் ஒப்பந்தம் என்றழைக்கப் பட்டது.

1931 செப்டம்பர் 7 முதல் டிசம்பர் 7 வரை நடைபெற்ற இரண்டாம் வட்ட மேஜை மாநாட்டில் காந்தியடிகள் உள்பட 107 பிரதிநிதிகள் கலந்து கொண்டனர். இந்தியாவிற்கு சுயாட்சி மற்றும் வகுப்புவாத பிரதிநிதித்துவம் குறித்து விவாதிக்க மாநாடு கூடியது. ஆனால் இந்தியாவின் சுயாட்சி குறித்த விவாதத்தை விட இந்தியர்களின் ஒற்றுமையைக் குலைக்க தாழ்த்தப்பட்டவர் / சிறுபான்மையினர் ஆகியோருக்கான வகுப்புவாத பிரதிநிதித்துவம் குறித்து விவாதிப்பதிலேயே ஆங்கிலேய அரசு தீவிரமாக இருந்தது. காந்தியடிகள், ஜின்னா மற்றும் அம்பேத்கர் ஆகியோரிடையே இது குறித்த ஒருமித்த கருத்து ஏற்படவில்லை. பிரிட்டிஷ் பிரதமர் ரம்சே மக்டொனால்ட் 1932 ஆகஸ்ட் 17 ஆம் தேதி தன்னிச்சையாக கம்யூனல் அவார்ட் எனப்படும் வகுப்புவாதத் தீர்வை அறிவித்து இந்தியர்களைப் பிரித்தாளும் சட்டத்தை அமல்படுத்தினார்.

மூன்றாவது வட்டமேஜை மாநாடு 1932 நவம்பர் 17 முதல் டிசம்பர் 24 வரை நடைபெற்றது. இதில் பிரிட்டிஷ் அரசுக்கு நம்பிக்கையான 46 தேர்ந்தெடுக்கப்பட்ட உறுப்பினர்கள் மட்டுமே கலந்து கொண்டனர். காங்கிரஸ் புறக்கணித்தது. இந்தியக் கூட்டாட்சி, நீதிமன்றம், சமஸ்தானங்களின் இணைப்பு, கூட்டாட்சி சட்டமன்றம் ஆகியவை விவாதிக்கப்பட்டன. 1933 இல் வெளியிடப்பட்ட வெள்ளை அறிக்கையின் அடிப்படையில் 1935 ஆம் ஆண்டு பிரிட்டிஷ் பாராளுமன்றம் இந்திய அரசியல் சட்டத்தை நிறைவேற்றியது.

காங்கிரசை விட்டு காந்தியடிகள் விலகல்

உப்பு சத்தியாகிரகப் போராட்டம், சட்ட மறுப்பு இயக்கம் ஆகியவை வட்ட மேஜை மாநாடுகளுக்கு வழிவகுத்தாலும் காந்தி யடிகள் எதிர்பார்த்த முழுமையான அரசியல் சட்டச் சலுகைளைப் பெற முடியாமல் போனது. மேலும் இந்தியர்களைப் பிரிக்க வகுப்புவாதத் தீர்வு சட்டத்தை அமலாக்க வட்ட மேஜை மாநாடு களை பிரிட்டிஷ் அரசு நன்கு பயன்படுத்திக் கொண்டது. அகிம்சை, தீண்டாடமை ஒழிப்பு, கதர் நூற்பு, வாக்குரிமை, பிரிட்டிஷ் அரசு சட்ட மறுப்பு, இந்திய அரசியல் சட்ட உருவாக்கம், சத்தியாகிரகம் ஆகிய பல விஷயங்களில் காந்தியடிகளுக்கும் காங்கிரஸ் தலைவர் களுக்கும் இடையே கருத்து வேற்றுமை ஏற்பட்டது. எனவே காந்தியடிகள் காங்கிரஸை விட்டு விலகிக் கொள்ளத் தீர்மானித்தார். 1934 அக்டோபர் 26-28 இல் ராஜேந்திரப் பிரசாத் தலைமையில் கூடிய காங்கிரஸும் காந்தியடிகள் முடிவை ஏற்றுக் கொண்டது. இருப்பினும் எந்த ஒரு பிரச்சனைக்கும் காந்தியடிகளின் ஆலோசனை களைக் கேட்ட பின்பே செயல்படுவது என்றும் தீர்மானிக்கப் பட்டது.

காந்தியடிகளின் சட்ட மறுப்பு இயக்கம் உள்ளிட்ட பல போராட்டங்களை பிரிட்டிஷ் அரசு கடுமையான அடக்குமுறை களால் ஒடுக்கியது. தனது பிரித்தாளும் சூழ்ச்சி மூலம் காங்கிரஸ் தலைவர்களுக்கு இடையே கருத்து வேற்றுமையை உருவாக்கி காந்தியடிகளை காங்கிரஸில் இருந்து விலக வைத்தது. ஆனால் இந்தியா விடுதலை பெற வேண்டும் என்று நாடு முழுவதும் கொழுந்து விட்டு எரிந்து கொண்டிருந்த சுதந்திர வேட்கையை மட்டும் பிரிட்டிஷ் அரசால் தடுக்க முடியவில்லை. மக்களின் அடக்கி ஒடுக்கப்பட்ட போராட்ட உணர்வே மேலும் வீறு கொண்டு எழுந்து ‘வெள்ளையனே வெளியேறு’ என்ற கோஷத்திற்கு வித்திட்டது.

❒

8. இரண்டாம் உலகப் போர்

ஜெர்மன் சர்வாதிகாரி ஹிட்லர் 1939 செப்டம்பர் 1 ஆம் தேதி போலந்தின் மீது படையெடுத்ததைத் தொடர்ந்து இரண்டாம் உலகப் போர் ஆரம்பமானது. அடுத்த சில நாட்களில் ஜெர்மனியின் மீது இங்கிலாந்து போர் தொடுத்தது. இந்தியாவில் வைஸ்ராயாக இருந்த லின்லித்கோ இங்கிலாந்திற்கு ஆதரவாக இந்தியாவும் போரில் கலந்து கொள்கிறது என்று தன்னிச்சையாக அறிவித்தது காங்கிரஸ் தலைவர்களுக்கு கோபத்தை அதிர்ச்சியையும் ஏற்படுத்தி யது. பிரிட்டன் முயற்சிகளுக்கு ஒத்துழைப்பு அளிக்க மாட்டோம் என்று காங்கிரஸ் கூறியதைத் தொடர்ந்து ஆங்கிலேய அரசு வெள்ளை அறிக்கை ஒன்றை வெளியிட்டது. ஆனால் அந்த வெள்ளை அறிக்கையில் இந்தியாவிற்கு சாதகமாக எதுவுமே இல்லை. 'பழைய மொந்தையில் புதிய கள்' என்று காங்கிரஸ் வர்ணித்தது. 'ரொட்டி கேட்டதற்குக் கல்தான் கிடைத்தது' என்று காந்தியடிகள் கருத்து வெளியிட்டார்.

ஆனாலும் பிரிட்டிஷ் அரசு தனது நிலையில் உறுதியாக இருந்ததால் காங்கிரஸ் தனது எதிர்ப்பைத் தெரிவிக்கும் வகையில் பல்வேறு

மாநிலங்களில் வகித்த அரசு பதவிகளில் இருந்து விலகியது. இதையே நல்ல வாய்ப்பாகப் பயன்படுத்திக் கொண்டு பிரிட்டிஷ் அரசு நிர்வாகத்தைக் தனது கட்டுப்பாட்டுக்குள் கொண்டு வர ஆலோசகர் களை நியமித்து விருப்பம்போல் செயல்படத் தொடங்கியது. பதவிகளில் இருந்து காங்கிரஸ் விலகியதால் முஸ்லிம் லீக் தலைவர் முகமது அலி ஜின்னா 'இரட்சிப்பு தினம்' என்று அறிவித்து முஸ்லின் இன மக்கள் மகிழ்ச்சியைக் கொண்டாட வேண்டும் என்று வேண்டு கோள் விடுத்தார். மேலும் பிரிட்டனின் போர் நடவடிக்கைகளுக்கு தனது நிபந்தனையற்ற முழு ஆதரவையும் அளித்தார்.

1940 மத்தியில் பிரிட்டன் தொடர்ந்து பல்வேறு தோல்விகளால் துவண்டு போனதால் காங்கிரஸின் ஆதரவுடன் கூடிய முழுமை யான இந்தியாவின் ஆதரவு அத்யாவசியமானது. எனவே காங்கிரஸின் ஆதரவைப் பெற இந்தியாவிற்கு டொமினியன் அந்தஸ்து வழங்குதல், இந்திய அரசியல் நிர்ணய சட்டத்தை இந்தியர்களே வகுத்துக் கொள்ள அனுமதி, வைஸ்ராயின் ஆட்சிக் குழுவில் இந்தியர் களுக்குப் பிரதிநிதித்துவம் என பல்வேறு உறுதிமொழிகளை உள்ளடக்கிய 'ஆகஸ்ட் பிரகடனத்தை' ஆகஸ்ட் 8 ஆம் தேதி வெளி யிட்டது. தற்காலிக தேசிய அரசு குறித்த எந்த அம்சமும் இல்லை என்று கூறி இந்த அறிவிப்பையும் காங்கிரஸ் மீண்டும் புறக்கணித்தது.

இரண்டாம் உலகப் போர் தீவிரமாக நடைபெற்றுக் கொண்டிருந்த நிலையில் நாடு தழுவிய உண்ணாவிரதப் போராட்டத்தைத் தவிர்த்து தனிநபர் உண்ணாவிரதப் போராட்டத்திற்கு காந்தியடிகள் அழைப்பு விடுத்தார். அதன்படி முதலில் ஆச்சார்ய வினோபா பாவே உண்ணாவிரதத்தைத் தொடங்கினார். அவரது கைதுக்குப் பிறகு ஜவஹர்லால் நேரு, வல்லபாய் படேல், சுபாஷ் சந்திர போஸ் என ஒவ்வொரு தலைவரும் உண்ணாவிரதத்தைத் தொடர்ந்தனர். ஒருவர் கைதுக்குப் பிறகு மற்றொருவர் என 1940 அக்டோபர் 17 தொடங்கி 1941 டிசம்பர் வரை சுமார் நாடு முழுவதும் சுமார் 30000 காங்கிரஸ் தலைவர்கள் உண்ணாவிரதம் இருந்த காரணத்தினால் சிறையில் அடைக்கப்பட்டனர்.

பிரிட்டன் இரண்டாம் உலகப் போரிலும், இந்தியாவிலும் கடுமையான நெருக்கடிகளைச் சந்தித்ததால் வேறு வழியின்றி காந்தியடிகளைச் சமாதானப்படுத்த இங்கிலாந்து பாரளுமன்றம் கிரிப்ஸ் தலைமையிலான குழுவை இந்தியாவிற்கு அனுப்பி வைத்தது. ஆனால் இந்தக் குழுவின் பரிந்துரைகளை காங்கிரஸ் நிராகரித்ததால் ஏமாற்றத்துடன் இங்கிலாந்து திரும்பியது.

இரண்டாம் உலகப் போர் தீவிரமடைந்தது. பர்மா, மலேசியா, சிங்கப்பூர், மலேசியா, இந்தோனேஷியா ஆகிய நாடுகளை ஜப்பான் வீழ்த்த, ஹிட்லரோ ஐரோப்பிய நாடுகளை துவம்சம் செய்து கொண்டிருந்தார். ஜப்பான் இந்தியாவின் முக்கியத் துறைமுக நகரங்களான கல்கத்தாவையும், மதராஸையும் மற்றும் அமெரிக்கா வின் 'பேர்ல்' துறைமுகத்தைத் தாக்கவும் முடிவெடுத்திருந்தது.

ஜப்பானின் தாக்குதல் குறித்து இந்தியர்கள் பீதியடைந்திருந்த நிலையில் இந்தியாவின் மீதான தாக்குதல் மறைமுகமாக இங்கிலாந்தின் மீதான தாக்குதல் என்பதால் சுபாஷ் சந்திர போஸ் ஜப்பானின் வருகையை வரவேற்றார். ஆனால் காந்தி உள்ளிட்ட காங்கிரஸ் தலவைர்களோ ஜப்பானின் ராணுவ ஆட்சி இங்கிலாந்து ஆட்சியை விட மோசமானது என்றும் இங்கிலாந்து இந்தியாவை விட்டு வெளியேறிவிட்டால் இந்தியா மீது தாக்குதல் நடத்த ஜப்பான் முனையாது என்றும் கணக்குப் போட்டனர். எனவே ஜப்பான் தாக்குதல் குறித்து கவலைப்படாமல் இந்தியாவை விட்டு பிரிட்டிஷ் அரசு உடனடியாக வெளியேற வேண்டும் என்பதையே முக்கிய நோக்கமாகக் கொண்டு செயல்பட வேண்டும் என்று காந்தியடிகள் முடிவெடுத்தார்.

வெள்ளையனே வெளியேறு

1942 ஜூலை 14 ஆம் தேதி வார்தாவில் கூடிய காங்கிரஸ் செயற்குழு காந்தியடிகளின் 'வெள்ளையனே வெளியேறு' என்னும் தீர்மானத்தை ஏகமனதாக நிறைவேற்றியது. பின்னர் பம்பாயில் ஆகஸ்ட் 7 மற்றும் 8 தேதிகளில் கூடிய காங்கிரஸ் கூட்டத்தில் இந்தியாவை விடுவிக்கப் போராட வேண்டும் அல்லது உயிர் துறக்க வேண்டும் என்ற பொருளில் 'செய் அல்லது செத்து மடி' என்னும் போர் பிரகடனத்தை

காந்தியடிகள் முழங்கினார். நாடு முழுவதும் மக்கள் இந்தப் போராட்டத்தில் தீவிரமாக ஈடுபட்டனர். ஆனால் முகமது அலி ஜின்னாவோ 'வெள்ளையனே வெளியேறு' திட்டத்தை இந்து நாடாக இந்தியாவை உருவாக்க நினைக்கும் காங்கிரஸின் சூழ்ச்சி என்று வர்ணித்ததுடன், முஸ்லிம் மக்கள் போரரட்டத்தில் பங்கேற்க வேண்டாம் என்று கூறித் தடுத்து விட்டார். நாட்டில் நடக்கும் வன்முறைகளுக்கும், சதித் திட்டங்களுக்கும் காந்தியடிகளே காரணம் என்று குற்றம் சுமத்தி பிரிட்டிஷ் அரசு மீண்டும் அவரைச் சிறையில் தள்ளியது.

எதிர்பார்த்த வெற்றியை 'வெள்ளையனே வெளியேறு' போராட்டம் உடனடியாகத் தராவிட்டாலும் இந்தியாவை விட்டு எந்நேரமும் விரட்டப்படலாம் என்று ஆங்கிலேய அரசுக்கு காந்தி யடிகள் விடுத்த எச்சரிக்கை மணியாகவே கருதப்படுகிறது.

தன் மீத சுமத்தப்பட்ட குற்றச்சாட்டைத் திரும்பப் பெற்றுக் கொள்ளுமாறு நீதி கேட்டு காந்தியடிகள் சிறையிலேயே தனது 21 நாள் உண்ணாவிரதத்தைத் தொடங்கினார். நாடு முழுவதும் மீண்டும் கிளர்ச்சிகளும் வன்முறைகளும் வெடித்தன. காந்தியடி களின் உடல்நிலையும் நாளுக்கு நாள் மோசமாகியது. ஆனால் ஆங்கிலேய அரசோ அவரை விடுவிக்காமல் நடப்பது நடக்கட்டும் என்று உறுதியாகவே இருந்தது. ஒரு வேளை அவர் சிறையிலேயே இறந்தால் அவரது உடலை ராணுவ மரியாதையுடன் எரிக்கவும், மக்களின் கிளர்ச்சியைச் சமாளிக்கவும் ராணுவத்தையும் தயார் நிலையிலேயே வைத்திருந்தது. இறுதியில் ஆங்கிலேய அரசு அடிபணிந்து காந்தியடிகளை விடுவித்தது.

காந்தியடிகள் - ஜின்னா சந்திப்பு

காங்கிரஸுக்கும், முஸ்லிக் லீக்கிற்கும் நிலவிய முரண்பாடுகளைக் களைய ஜின்னாவைச் சந்திக்க விரும்புவதாகக் காந்தியடிகள் அவருக்குக் கடிதம் அனுப்பினார். இருவரும் ஜின்னாவின் பங்களா வில் 1944 ஜுலை 24 ஆம் தேதி உரையாடினர். இந்தியா சுதந்திரம் அடையும் போது முஸ்லிம்கள் பெரும்பான்மையாக உள்ள மாநிலங்கள் தனியாக தனி நாடாகப் பிரிய வேண்டும் என்பதில்

ஜின்னா உறுதியாக இருந்தார். காங்கிரஸ் என்பது இந்துக்களின் அமைப்பு என்றும், முஸ்லிம் லீக் மட்டுமே முஸ்லிம்களின் அமைப்பு என்றும் மீண்டும் மீண்டும் வலியுறுத்தினார். ராஜாஜியின் திட்டத்தையும் புறக்கணித்தார். ஆனால் காந்தியடிகள் இந்து முஸ்லிம் அடிப்படையில் நாட்டின் பிரிவினைக்கு உடன்படாததால் இருவருக்கும் இடையேயான பேச்சுவார்த்தை முறிந்தது.

ஹிரோஷிமா மற்றும் நாகசாகி நகரங்களில் அமெரிக்கா குண்டு வீசியதைத் தொடர்ந்து 1945 ஆகஸ்ட் 15 இல் ஜப்பான் சரணடைந் தது. இத்துடன் இரண்டாம் உலகப் போரும் முடிவிற்கு வந்தது. இரண்டாம் உலகப் போரில் நேச நாடுகளின் அஸ்திவாரமாக இருந்து வெற்றி வாகை சூடியதுடன் பிரிட்டன் மானம் காத்தவர் என்று போற்றப்பட்டவர் இங்கிலாந்து பிரதமர் சர்ச்சில். ஆனால் போருக்குப் பிறகு இங்கிலாந்தில் நடைபெற்ற பொதுத் தேர்தலில் யாருமே எதிர்பார்க்காத வகையில் சர்ச்சில் படுதோல்வி அடைந்தது உலக அரசியல் தலைவர்களை அதிர்ச்சி அடைய வைத்தது. அவரைத் தொடர்ந்து அட்லி புதிய பிரதமராகப் பதவி ஏற்றுக் கொண்டார். இந்திய அரசியல் தலைவர்களுடன் கலந்தாலோசித்து இந்தியாவிற்கு முழு சுதந்திரம் கிடைக்க அனைத்து நடவடிக்கைகளும் மேற் கொள்ளப்படும் என்ற அவரது அறிவிப்பு காங்கிரஸ் தலைவர் களுக்குக் கொஞ்சம் நம்பிக்கையை அளித்தது.

அவரது ஆணைப்படி நியமிக்கப்பட்ட அமைச்சரவை தூதுக் குழு நான்கு அம்ச திட்டத்தைப் பரிந்துரைத்தது. ‘இந்திய யூனியன், அரசியல் அமைப்புச் சட்டமன்றம், இடைக்கால அரசாங்கம், அரசியல் அமைப்புச் சட்டமன்றத்துக்கும் பிரிட்டனுக்கும் இடையே ஒப்பந்தம்’ என நான்கு பகுதிகளைக் கொண்டதாக அமைந்தது.

காங்கிரஸும் முஸ்லிக் லீக்கும் இந்தத் திட்டம் தங்களுக்குச் சாதக மானது என்று பரஸ்பரம் கூறிக் கொண்டன. இந்தியப் பிரிவினையை நிராகரித்து ஐக்கிய இந்தியாவை உருவாக்கும் நோக்கத்துடனான இந்தியாவிற்கான கூட்டாட்சி அரசியல் அமைப்பிற்கான மாதிரி என்ற கோணத்தில் அனைவரும் ஒருமனதாக ஏற்றுக் கொண்டனர்.

இந்தத் திட்டத்தின் அடிப்படையில் இந்திய அரசியல் அமைப்புச் சட்டமன்றத்திற்கான பொதுத் தேர்தல்கள் நடை பெற்றன. 296 உறுப்பினர்கள் கொண்ட மன்றத்தில் காங்கிரஸ் 212 இடங்களில் மகத்தான வெற்றி பெற்றது. முஸ்லிம் லீக்கிற்கு 73 இடங் களும் மற்ற கட்சிகளுக்கு மீதி இடங்களும் கிடைத்தன. முஸ்லிம் லிக்கின் படுதோல்வி ஜின்னாவைக் நிலைகுலைய வைத்தது.

இடைக்கால அரசை ஜவஹர்லால் நேரு தலைமையில் அமைக்க பிரிட்டிஷ் அரசு 1946 ஆகஸ்ட் 12 ஆம் தேதி அழைப்பு விடுத்தது. ஆனால் தோல்வி அடைந்த விரக்தியிலும் ஜவஹர்லால் நேருவின் தலைமையின் கீழ் செயல்பட விரும்பாமலும் ஜின்னா அமைச்சரவையில் சேர மறுத்து விட்டார்.

நேரு தலைமையிலான இடைககால அரசு பதவி ஏற்றது. ஆனால் முஸ்லிக் லீக் அதில் கலந்து கொள்ளாமல் புறக்கணித்தது. தனது முழுமையான ஒத்துழைப்பைக் காங்கிரஸுக்குத் தராமல் பிரச்சனைகளையும், சிக்கல்களையும் வளர்த்துக் கொண்டே இருந்தது. முடிந்தவரை இந்து முஸ்லிகளிடையே இனக் கலவரங் களையும் நாடு முழுவதும் அரங்கேற்றிக் கொண்டே இருந்தது. ஒரு கட்டத்தில் முஸ்லிம் லீக்குடனான சகவாசம் கழுத்தில் கல்லைக் கட்டிக் கொண்டு இருப்பது போன்ற உணர்வை காங்கிரஸுக்கு ஏற்படுத்தியது. ஞஇந்தியாவில் இஸ்லாம் மதம் அழியாமல் இருக்க வேண்டுமானால் பாகிஸ்தான் என்னும் தனிநாடு மலர்வதைத் தவிர வேறு வழியில்லை' என்று முழங்கினார் ஜின்னா. இந்த முழக்கமே இனி எந்தக் காலத்திலும் காங்கிரஸும், முஸ்லிம் லீக்கும் இணைந்து செயல்பட முடியாது என்ற வலுவான முடிவிற்கு வர காங்கிரஸைத் தள்ளியது.

துக்க தினமும் புனிதப் போரும்

காங்கிரஸ் பதவி ஏற்கும் நாளை 'நேரடி நடவடிக்கை நாளாகவும்', 'துக்க தினமாகவும்' அனுசரிக்கும்படியும் 'இந்துக்களுக்கு எதிராக புனிதப் போர்' நடத்தும்படியும் 1946 ஆகஸ்ட் 16 ஆம் தேதி ஜின்னா முஸ்லிம்களுக்கு வேண்டுகோள் விடுத்தார். அவரது வேண்டு கோளை ஏற்று 1946 அக்டோபர் 10 ஆம் தேதி கல்கத்தாவில்

பிராம்மாண்ட ஊர்வலம் நடைபெற்றது. வங்கத்தில் முஸ்லிம்கள் அதிகம் என்பதால், வழியெங்கும் இந்துக்களின் சொத்துக்கள் சூறையாடப்பட்டன. வீடுகளும் கடைகளும் கொளுத்தப்பட்டன. இந்துப் பெண்கள் கற்பழிக்கப்பட்டனர். வயதானவர்கள், குழந்தைகள் என்று பாராமல் இந்துக்கள் கொன்று குவிக்கப் பட்டனர். கல்கத்தா ரத்த வெள்ளத்தில் மிதந்தது.

இனக்கலவரத்தில் 10000 பேர்கள் இறந்தனர். லட்சக்கணக்கா னோர் வீடு வாசலை இழந்தனர். நூற்றுக்கணக்கான பெண்கள் கற்பழிக்கப்பட்டனர். ஆயிரக்கணக்கானோர் பெற்றோர் உற்றாரை இழந்து அனாதைகளாயினர். கல்கத்தா பற்றி எரியும் சுடுகாடானது. குறிப்பாக நவகாளி பகுதி ரத்தக் களறியானது.

கல்கத்தா கலவரத்திற்கு பதிலடி கொடுக்கும் வகையில் பீகார் மாநிலத்தில் முஸ்லிம்கள் அதிகம் வாழும் இடங்களில் கலவரம் பரவியது. கண்ணில் பட்ட அப்பாவி முஸ்லிம்கள் கொன்று குவிக்கப் பட்டனர். இதையே காரணம் காட்டி ஜின்னா முஸ்லிம்களுக்கென தனியாக 'பாகிஸ்தான்' என்ற நாடு வேண்டும் என்ற கோரிக்கையை முழங்கினார்.

நவகாளி யாத்திரை

இந்துக்களுக்கும் முஸ்லிம்களுக்கும் இடையே சமாதானத்தை நிலைநாட்ட ரத்தக் களறியான நவகாளி பகுதிக்கு 1947 ஜனவரி 29ஆம் தேதி ஒற்றை மனிதராக காந்தியடிகள் பயணம் மேற் கொண்டார். இந்துக்களும், முஸ்லிம்களும் ஒற்றுமையுடன் வாழும் வரை அங்கிருந்து நகர மாட்டேன் என்ற உறுதியுடன் கல்கத்தா விலேயே முகாமிட்டு அங்கேயே தங்கினார்.

9. இந்திய விடுதலையும் பிரிவினையும்

முஸ்லிம் லீக்கின் ஒத்துழைப்பு இல்லாத காரணத்தினால் காங்கிரஸால் இந்திய அரசியல் அமைப்புச் சட்டத்தை முழுமை யாகச் செயல்படுத்த முடியவில்லை.

நாடு முழுவதும் பெருமளவில் நிகழ்ந்து கொண்டிருந்த வன்முறை, இனக்கலவரம் ஆகியவற்றையும் வைஸ்ராய் வேவலால் கட்டுப் படுத்த இயல்வில்லை. எனவே வேறு வழியின்றி பிரிட்டிஷ் பிரதமர் அட்லீ வரலாற்றுச் சிறப்புமிக்க அறிவிப்பு ஒன்றை 1947 பிப்ரவரி 20ஆம் தேதி பாராளுமன்றத்தில் வெளியிட்டார்:

(1) 1948 மே மாத இறுதிக்குள் இந்தியாவிற்கு அதிகார மாற்றம் வழங்கப்படும்.

(2) அதிகார மாற்றம் எப்படி, யாருக்கு என்ற விவரங்கள் பின்னர் அறிவிக்கப்படும்.

(3) வேவலுக்குப் பதில் மவுண்ட்பேட்டன் புதிய வைஸ்ராயாக நியமிக்கப்படுவார்.

மவுண்ட்பேட்டன் திட்டம்

1947 மார்ச் 22 ஆம் தேதி மவுண்ட் பேட்டன் இந்தியாவின் வைஸ்ராயாகப் பதவி ஏற்றுக் கொண்டார். காந்தியடிகள், ஜின்னா, நேரு, படேல், மௌலானா அபுல்கலாம் ஆசாத் ஆகியோருடன் கூட்டாகவும், தனித்தனியாகவும் பேச்சு வார்த்தை நடத்தினார். பிரிவினையைத் தவிர்க்க ஜின்னா தலைமையில் அமைச்சரவை அமைக்கலாம் என்று காந்தியடிகள் யோசனை தெரிவித்தார். ஆனால் காங்கிரஸ் அதனைக் கடுமையாக எதிர்த்ததால், பாகிஸ்தான் தனி நாடாகப் பிரிந்தே ஆக வேண்டும் என்பதில் ஜின்னா உறுதியாக இருந்தார்.

நேரு, படேல், ராஜாஜி ஆகியோர் 'உடலில் புரையோடிப் போன பாகத்தை அறுத்து எறியாவிட்டால் உயிருக்கே ஆபத்து' என்று வாதிட்டனர். இறுதியில் மவுண்ட் பேட்டன் இந்தியா மற்றும் பாகிஸ்தான் என இரு நாடுகளாகப் பிரித்து சுதந்திரம் வழங்கும் திட்டத்தை 1947 ஜூன் 3 ஆம் தேதி வெளியிட்டார். ஆகஸ்ட் 15ஆம் தேதி இந்தியாவிற்கு சுதந்திரம் வழங்கப்படும் என்று அறிவித்தார். இதுவே 'மவுண்ட் பேட்டன் திட்டம்' என்றானது. மவுண்ட் பேட்டன் திட்டத்தை காங்கிரஸும் முஸ்லிம் லீக்கும் ஏற்றுக் கொண்டன.

காந்தியடிகள் கலந்து கொள்ளவில்லை

ஆகஸ்ட் 15 ஆம் தேதி டெல்லியில் நடைபெற இருக்கும் இந்திய சுதந்திர தினக் கொண்டாட்டங்களில் கலந்து கொள்ள வர வேண்டும் என்று நேருவும், படேலும் கல்கத்தாவில் முகாமிட்டி ருந்த காந்தியடிகளுக்கு பிரத்யேக தூதர் மூலம் கடிதம் கொடுத்து அனுப்பினர். ஆனால் காந்தியடிகளோ கல்கத்தா ரத்த வெள்ளத்தில் மிதந்து கொண்டிருக்கும் போது தன்னால் டெல்லியில் வண்ண ஒளி விளக்குகளில் ஜொலித்துக் கொண்டிருக்கும் சுதந்திர தினக் கொண்டாட்டங்களில் கலந்து கொள்ள முடியாது என்று அமைதி யாக மறுத்து விட்டார். நேருவும், படேலும் பல முறை அவரைத் தொடர்பு கொண்டும் தனது நிலையை அவர் மாற்றிக் கொள்ள வில்லை.

காந்தியடிகளின் சுதந்திர தினப் பரிசு

பிரத்யேக தூதர் விடைபெறும் போது அவர் கையில் ஒரு 'காய்ந்த இலையைக்' கொடுத்து நேரு மற்றும் படேலுக்கு தனது சுதந்திரத் தினப் பரிசாக இதைக் கொடுங்கள் என்று அவரது உள்ளங்கையில் திணித்தார். அப்போது அவர் கண்களில் இருந்து தாரை தாரையாகப் பெருகிய கண்ணீர் காய்ந்த இலையை நனைத்தது. 'என்னிடம் அதிகாரமும் இல்லை. பணமும் இல்லை. எனது கண்ணீர்த் துளிகள் கலந்த இந்த ஈரமான இலையை அன்புப் பரிசாக அவர்களிடம் கொடுங்கள்' என்று நா தழுதழுக்கக் கூறினார்.

இந்தியாவிற்குச் சுதந்திரம்

இந்தியப் பிரிவினை முடிவானதும் இந்திய விடுதலை சட்ட முன் வடிவு தயாரிக்கப்பட்டு பிரிட்டிஷ் பாராளுமன்றத்தில் அறிமுகப் படுத்தப்பட்டு 1947 ஜூலை 18 ஆம் தேதி சட்டமாக நிறைவேறியது. இதன்படி 1947 ஆகஸ்ட் 14 நள்ளிரவு 11.57 மணிக்கு பாகிஸ்தான் தனிநாடாக அறிவிக்கப்பட்டது. 1947 ஆகஸ்ட் 15 12:02 மணிக்கு இந்தியா சுதந்திர நாடாக பிரகடனம் செய்யப்பட்டது. சுமார் முன்னூறு ஆண்டுகால பிரிட்டிஷ் ஆட்சி முடிவிற்கு வந்து இந்தியா விடுதலை பெற்றது. வைஸ்ராய் மவுண்ட் பேட்டன் 'இந்தியா விடுதலை அடைகிறது' என்று அரசியல் அமைப்பு சட்டமன்றப் பிரகடனத்தில் கையெழுத்திட்டார். பண்டித ஜவஹர்லால் நேரு 'உலகம் தூங்கிக் கொண்டிருக்கையில் இந்தியா சுதந்திரக் காற்றைச் சுவாசிக்க விழித்துக் கொள்கிறது' என்று உணர்ச்சிகரமான உரையை ஆற்றினார்.

பிரதமராக ஜவஹர்லால் நேருவும், துணைப் பிரதமர் மற்றும் உள்துறை அமைச்சராக சர்தார் வல்லபாய் படேலும் பதவி ஏற்றுக் கொண்டனர். மவுண்ட் பேட்டன் 1948 ஜூன் மாதம் வரை கவர்னர் ஜெனரலாகத் தொடர்ந்து பதவி வகித்தார். அவரைத் தொடர்ந்து ராஜாஜி சுதந்திர இந்தியாவின் முதல் மற்றும் கடைசி கவர்னர் ஜெனரலாக நியமிக்கப்பட்டார்.

இந்தியா பாகிஸ்தான் பிரிவினை

இந்தியா சுதந்திரம் அடைந்து இரண்டாகப் பிரிக்கப்பட்டதைத் தொடர்ந்து இந்துக்களும், முஸ்லிம்களும் பரஸ்பரம் இரு நாடுகளுக்கு இடையே இடம் பெயர்ந்து செல்லத் தொடங்கினர். எல்லைக் கோடுகள் வகுக்கப்பட்ட பின்னர் சுமார் 15 மில்லியன் மக்கள் தங்களுக்கு ஏற்ற பாதுகாப்பான இடங்களை நோக்கிப் புறப்பட்டனர். 1951 மக்கள் தொகை கணக்கெடுப்பின்படி சுமார் 72,26,000 முஸ்லிம்கள் இந்தியாவில் இருந்து பாகிஸ்தானுக்கும், 72,49,000 இந்துக்கள் பாகிஸ்தானில் இருந்து இந்தியாவிற்கும் குடிபெயர்ந்தனர்.

ஆனால் இடம் பெயரும் போது முஸ்லிகளுக்கும், இந்துக்களுக்கும் ஏற்பட்ட கலவரத்தில் லட்சக்கணக்கானோர் மாண்டனர். அதிக பட்சமாக 5 லட்சம் பேர்களும், குறைந்தபட்சம் 1 லட்சம் பேராவது இறந்திருப்பார்கள் என்று செய்திகள் தெரிவிக்கின்றன. முன்னூறு ஆண்டுகால இந்திய சுதந்திரப் போரில் இறந்தவர்களை விட கடைசி கட்ட பிரிவினையின் போது இறந்தவர்களின் எண்ணிக்கை அதிகம் என்கிறது ஒரு புள்ளிவிவரம். சந்தோஷமாக நடந்து முடிந்திருக்க வேண்டிய சுதந்திர தினம் இறுதியில் கண்ணீரும் கம்பலையுமாக முடிந்தது சோகத்திலும் சோகம்.

காந்தியடிகளின் மரணம்

டெல்லியில் நடைபெற்ற இந்திய சுதந்திர தினக் கொண்டாட்டங்களில் கலந்து கொள்ள மறுத்த காந்தியடிகள் கலவரம் நடந்த பல்வேறு பகுதிகளுக்குச் சென்று அமைதியை நிலைநாட்டிய பின்னர் 1947 செப்டம்பர் 9 ஆம் தேதிதான் டெல்லி திரும்பினார். வழக்கம் போல் ஒவ்வொரு நாளும் பஜனைக் கூட்டங்களில் பங்கேற்று மக்களை ஒன்றுபடுத்தினார்.

1948 ஜனவரி 30 ஆம் தேதி வெளிக்கிழமை வழக்கம்போல் பிர்லா மாளிகையில் மாலை நேர பஜனைக் கூட்டத்தில் கலந்து கொள்ள காந்தியடிகள் வந்தார். ஏராளமான மக்கள் கூடியிருந்தனர். அப்போது கூட்டத்தைத் தள்ளிக் கொண்டு அவரை நோக்கி வந்த

நாதுராம் கோட்சே என்னும் கொடியவன் எல்லோரையும் போல் காந்தியடிகளின் பாதங்களில் விழுந்து வணங்கி எழுந்தான்.

கண் இமைக்கும் நேரத்தில் மறைத்து வைத்திருந்த துப்பாக்கி யால் காந்தியடிகளின் வயிற்றிலும், மார்பிலும் மூன்று முறை குண்டு களால் சுட்டுச் சல்லடை ஆக்கினான். ரத்தம் கசிய காந்தியடிகள் 'ஹே ராம்' என்று கூறிக் கொண்டே கீழே சரிந்தார். அப்போது மணி சரியாக மாலை 5.17.

எந்த வன்முறைக்கு எதிராக வாழ்நாளெல்லாம் போராடினாரோ அதே வன்முறையால் மகாத்மா காந்தியடிகள் சுட்டுக் கொல்லப் பட்டதுதான் சோகத்திலும் சோகம்.

அஹிம்சை, சத்தியம், தர்மம் என்னும் மூன்று தாரக மந்திரங்களை வாழ்நாள் லட்சியங்களாகக் கொண்டு இந்தியாவிற்கு விடுதலை வாங்கிக் கொடுத்த மகாத்மா காந்தியடிகளுக்கு மூன்று குண்டு களைப் பரிசாகத் தந்து நாம் நன்றி தெரிவித்தோம்.

❑

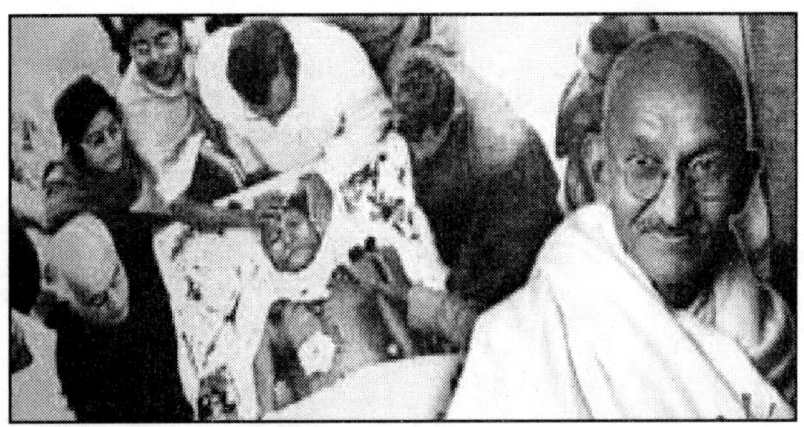